HEIMLAGERÐA HUMMUS MAÐRABÓKIN

100 ljúffengar og næringarríkar uppskriftir fyrir heimsins fjölhæfustu ídýfu. Kannaðu endalausa möguleika hummus með einstökum og bragðgóðum uppskriftum

Þórdís Guðmundsdóttir

EFNISYFIRLIT

HUMMUS RÉTTIR 104

KYNNING

Heimlagerða hummus maðrabókin er fullkominn leiðarvísir þinn til að kanna endalausa möguleika þessarar vinsælu miðausturlensku ídýfu. Með 100 ljúffengum og næringarríkum uppskriftum mun þessi matreiðslubók sýna þér hvernig á að búa til margs konar hummus bragði sem eru viss um að fullnægja hvaða gómi sem er.

Hverri uppskrift fylgir mynd í fullri lit, sem gefur þér innsýn í yndislegu ídýfurnar sem þú munt búa til. Með 100 lituðum myndum, einni fyrir hverja uppskrift, munt þú geta séð fallega framsetningu og áferð hvers hummus rétts.

Allt frá klassískum hummus til einstakra bragðtegunda eins og brennda rauða pipar og kryddaðan jalapeno, þessi matreiðslubók hefur eitthvað fyrir alla. Þú munt einnig finna uppskriftir að hummus úr öðrum belgjurtum, eins og svörtum baunum og edamame, auk uppskrifta að því að nota hummus sem fjölhæft hráefni í aðra rétti, eins og hummus fylltar kjúklingabringur og hummus pizzu. Heimlagerða hummus maðrabókin inniheldur einnig upplýsingar um sögu hummus, heilsufarslegan ávinning þess og ráð til að búa til hið fullkomna hummus í hvert skipti. Hvort sem þú ert hummusáhugamaður eða nýliði í þessari ljúffengu ídýfu, þá mun þessi matreiðslubók leiðbeina þér í gegnum ferlið við að búa til dýrindis og næringarríkan hummus á auðveldan hátt.

Með Heimlagerða hummus maðrabókin muntu geta heilla vini þína og fjölskyldu með matreiðsluhæfileikum þínum, þegar þú skoðar heim hummus með einstökum og bragðmiklum uppskriftum.

HUMMUS

1. Spirulina Hummus

Gerir: 2 skammta

HRÁEFNI:

- 1 dós kjúklingabaunir, tæmd, vökvi frátekinn
- 1 matskeið ólífuolía
- 2 tsk tahini
- 1 msk nýpressaður sítrónusafi
- 1 hvítlauksgeiri, pressaður
- ½ tsk salt

LEIÐBEININGAR:

a) Setjið kjúklingabaunir, ólífuolíu, tahini, sítrónusafa, hvítlauk og salt í matvinnsluvél.

b) Kveiktu á matvinnsluvélinni og helltu rólega hluta af kjúklingabaunavökvanum út í á meðan vélin er í gangi.

c) Þegar blandan er fullkomlega blandað saman og slétt skaltu setja hana yfir í framreiðslufat.

2. Matcha og rauðrófu hummus

HRÁEFNI:

- ½ tsk Matcha duft
- 400 g dós kjúklingabaunir, skolaðar og skolaðar
- 250 g soðnar rauðrófur
- 1 hvítlauksrif
- 2 matskeiðar tahini
- 2 tsk malað kúmen
- 100ml extra virgin ólífuolía
- Safi af sítrónu
- Salt eftir smekk

LEIÐBEININGAR:

a) Bætið öllu hráefninu nema kjúklingabaununum í blandarann/matvinnsluvélina. Blandið þar til slétt.

b) Bætið kjúklingabaununum út í og blandið aftur þar til slétt og ljúffengt!

3. Sólþurrkaðir tómatar hummus

HRÁEFNI:

- 8,5 aura krukku af sólþurrkuðum tómötum í olíu
- 8,8 aura krukku af ofnristuðum tómötum í olíu
- #10 dós af garbanzo baunum, tæmd og skoluð
- 2 matskeiðar tahinimauk
- 2 matskeiðar laukduft
- 2 tsk paprika
- 2 matskeiðar saxaður hvítlaukur
- 1 bolli heitt vatn
- 1 bolli jurtaolía
- 4 tsk sítrónusafi
- Salt og pipar eftir smekk

LEIÐBEININGAR:

a) Bætið sólþurrkuðum tómötum, ristuðum tómötum og tahinimauki í matvinnsluvélina. Notaðu 1 matskeið af vatni til að þynna út blönduna. Blandið þar til slétt.

b) Bætið garbanzo baunum, laukdufti, hvítlauk, papriku og sítrónusafa út í. Kveiktu á örgjörvanum og blandaðu saman.

c) Bætið við vatni og olíu hægt og rólega til að losa blaðið og leyfið hummusinu að blandast þar til það er slétt.

d) Endurtaktu ferlið með seinni lotunni af innihaldsefnum.

4. Heilandi hummus

Gerir: 2 skammta

HRÁEFNI:

- ⅓ bolli auk 1 matskeið ólífuolía
- 4 matskeiðar vatn
- 1 hvítlauksgeiri, afhýddur, snyrtur og saxaður gróft
- 1 tsk gróft sjávarsalt
- 2 bollar af soðnum baunum
- Safi úr 1 sítrónu
- ½ tsk malað kóríander
- 1 tsk malaður svartur pipar
- ½ tsk ristað malað kúmen
- ½ tsk paprika, til skrauts
- ¼ bolli hakkað ferskt kóríander

LEIÐBEININGAR:

a) Blandið baununum, sítrónusafanum, hvítlauknum, salti, svörtum pipar, kúmeni, kóríander og kóríander saman í matvinnsluvél þar til þau hafa blandast vel saman.

b) Á meðan vélin er enn í gangi skaltu hella olíunni út í.

c) Vinnið þar til blandan er rjómalöguð og slétt, bætið vatni við 1 matskeið í einu.

5. Kjúklingabaunahummus með aquafaba

Gerir: 2,5 bollar
Undirbúningstími: 5 mínútur
Eldunartími: Enginn

HRÁEFNI:

- 2 bollar niðursoðnar kjúklingabaunir
- 2 hvítlauksgeirar
- 4 matskeiðar tahini úr plöntum
- 2 msk sítrónusafi, nýkreistur
- 2 tsk kúmenduft
- 1 tsk salt
- ½ tsk chili duft

AQUAFABA

- ½ bolli kjúklingabaunavökvi

ÁFLYTTIR

- Cilantro
- Kóríanderfræ
- Chili duft
- Heilar kjúklingabaunir

LEIÐBEININGAR:

TIL AÐ GERA AQUAFABA:

a) Ef kjúklingabaunavökvinn inniheldur mikið af smábitum af baunum skaltu sía hann í gegnum fínt möskva sigi til að fjarlægja þær.

b) Þeytið vökvann létt þar til froðukenndur er og mælið síðan út nauðsynlegt magn af aquafaba.

TIL AÐ GERA HUMMUS:

c) Setjið kjúklingabaunir, hvítlauk og aquafaba í matvinnslukrukku og maukið þar til það er slétt.

d) Bætið tahini, sítrónusafa, kúmeni, salti og chilidufti eftir smekk.

e) Vinnið á miklum hraða þar til hummusið er slétt og rjómakennt. Ef nauðsyn krefur, stráið vatni yfir.

f) Hellið hummusinu í skál og toppið með ferskum kóríanderlaufum og fræjum.

g) Geymið í loftþéttu íláti í allt að 5 daga.

6. Hookah setustofa hummus

Gerir: 8

HRÁEFNI:

- ¾ bolli THC ólífuolía
- 3 grömm kif
- Ein 15 aura dós garbanzo baunir
- ¾ bolli tahini
- 3 matskeiðar ferskur sítrónusafi
- ¼ bolli brenndur hvítlaukur
- 2 msk þistilhjörtu, tæmd vel og saxuð
- ¼ bolli ristuð rauð paprika, gróft skorin
- 1 tsk nýmaluð kúmenfræ
- 1 tsk salt
- ½ tsk nýmalaður pipar
- Pítubrauð, hituð í ofni, til framreiðslu

LEIÐBEININGAR:

a) Hitið THC ólífuolíuna í litlum potti yfir lágum hita. Bætið kifinu út í og látið það leysast upp. Takið af hitanum.

b) Setjið garbanzo baunir, tahini, sítrónusafa, ristaðan hvítlauk, ætiþistlahjörtu, rauða papriku, kúmen og ½ bolla af volgri THC olíunni í matvinnsluvél og blandið saman að æskilegri samkvæmni. Bætið hægt við meiri olíu eftir þörfum.

c) Bætið við salti og pipar. Berið fram með volgu pítubrauði.

7. Sojabaunaspíra hummus

Gerir: 4

HRÁEFNI:

- 480 g soðnar sojabaunir
- 285 g gulur maís
- 10 sólþurrkaðir tómatar helmingar
- 2 teskeiðar. hvítlauksduft
- ½ tsk paprikuduft
- ½ tsk þurrkuð basil
- 1 tsk laukduft
- 2 matskeiðar næringarger
- 2 matskeiðar sítrónusafi
- Vatn

LEIÐBEININGAR:

a) Leggið sólþurrkuðu tómatahelmingana í bleyti í heitu vatni í að minnsta kosti eina klukkustund.

b) Tæmið og skolið vandlega.

c) Blandið öllu hráefninu saman í matvinnsluvél og vinnið þar til slétt og rjómakennt.

8. Hummus af kúrbít og kjúklingabauna

Gerir: 4

Undirbúningstími: 30 mínútur

HRÁEFNI:

1. 1 dós af kjúklingabaunum, tæmd og skoluð
2. 1 hvítlauksgeiri, saxaður
3. 1 grænn kúrbít, saxaður
4. Handfylli saxað steinselja
5. Handfylli söxuð basilíka
6. Himalaja eða sjávarsalt
7. Nýmalaður svartur pipar
8. 4 matskeiðar ólífuolía
9. Kreista af ferskum sítrónusafa

LEIÐBEININGAR:

a) Blandið öllu saman.

9. Lemony kjúklingabaunir og Tahini hummus

Gerir: 2

Undirbúningstími: 10 mínútur

HRÁEFNI:

- Sítrónusafi úr 1/2 sítrónu
- 1 dós þurrkaðar kjúklingabaunir, lagðar í bleyti
- 1 hvítlauksgeiri
- 1 matskeið af tahini
- 1 matskeið af ólífuolíu

LEIÐBEININGAR:

a) Blandið öllu þar til slétt.

10. Hummus af hvítlauknum kjúklingabauna

Gerir: 2

Undirbúningstími: 10 mínútur

HRÁEFNI:

- 2 hvítlauksgeirar
- 1 dós af kjúklingabaunum
- 1 matskeið af Tahini
- Sítrónusafi úr 1 sítrónu
- 1 matskeið ólífuolía

LEIÐBEININGAR:

a) Blandið öllu hráefninu saman í blöndunarskál.

11. Enginn kúmen hummus

HRÁEFNI:

- 2 bollar af kjúklingabaunum, tæmdir með vatni sett til hliðar
- 1/2 bolli tahini
- Hvítlaukspasta
- Safi úr 6 lime
- Salt og pipar.
- Mjög létt stráð af rauðum chilipiparflögum

LEIÐBEININGAR:

a) Blandið í blandara.

b) Ef of þykkt, bætið þá meira vatni af kjúklingabaunum út í til að slétta þær út.

12. Hummus af kúrbít og kjúklingabauna

Gerir: 4

Undirbúningstími: 30 mínútur

HRÁEFNI:

- 1 dós af kjúklingabaunum, tæmd og skoluð
- 1 hvítlauksgeiri, saxaður
- 1 grænn kúrbít, saxaður
- Handfylli saxað steinselja
- Handfylli söxuð basilíka
- Himalaja eða sjávarsalt
- Nýmalaður svartur pipar
- 4 matskeiðar ólífuolía
- Kreista af ferskum sítrónusafa

LEIÐBEININGAR:

a) Blandið öllu saman.

13. Jalapeño-Cilantro Hummus

Gerir: 6

HRÁEFNI:

- 1 (15 aura) dós kjúklingabaunir, tæmd og skoluð
- 1 bolli kóríanderlauf, auk viðbótar til að skreyta
- 2 litlir jalapeños, fræhreinsaðir og grófsaxaðir
- 1 hvítlauksrif
- ¼ bolli ferskur lime safi
- 2 matskeiðar tahini (sesammauk)
- 1 matskeið ólífuolía

LEIÐBEININGAR:

a) Maukið kjúklingabaunir, kóríander, jalapeños og hvítlauk í matvinnsluvél þar til þær eru sléttar.

b) Bætið limesafa, tahini og olíu saman við og vinnið þar til það er vel blandað. Ef blandan er of þykk, bætið þá við vatni, 1 matskeið í einu, þar til æskilegri þéttleika er náð.

c) Berið hummusinn fram strax, skreytt með viðbótarkóríander, eða hyljið og geymið í kæli í allt að 2 daga.

14. Yuzu Hummus

HRÁEFNI:

- 2 bollar soðnar kjúklingabaunir (garbanzo baunir)
- 1/4 bolli (59 ml) ferskur Yuzu safi
- 1/4 bolli (59 ml) tahini
- Helmingur af stóru hvítlauksgeiri, saxaður
- 2 matskeiðarólífu olíu eðakúmen **olía**, auk fleira til framreiðslu
- 1/2 til 1 tsk salt
- 1/2 tsk malað kúmen
- 2 til 3 matskeiðar vatn
- Skraut af malinni papriku til framreiðslu

LEIÐBEININGAR:

a) Blandið saman tahini og yuzu safa og blandið í 1 mínútu. Bætið ólífuolíu, hakkaðri hvítlauk, kúmeni og salti út í tahini og sítrónublönduna. Vinnið í 30 sekúndur, skafið hliðar og vinnið síðan 30 sekúndur í viðbót.

b) Bætið helmingnum af kjúklingabaunum í matvinnsluvélina og vinnið í 1 mínútu. Skafið hliðarnar, bætið kjúklingabaunum út í og vinnið í 1 til 2 mínútur.

c) Settu hummusinn yfir í skál, dreifðu síðan um 1 matskeið af ólífuolíu yfir og stráðu papriku yfir.

15. Back-To-Basics Hummus

Gerir um 2 bolla

HRÁEFNI:

- 3 til 4 hvítlauksrif
- 11⁄2 bolli soðnar eða 1 (15,5 únsu) dós kjúklingabaunir, tæmd og skoluð
- 1 bolli Safi úr 1 sítrónu
- 1⁄2 tsk salt
- 1⁄8 tsk malað cayenne
- 2 matskeiðar ólífuolía
- Sæt eða reykt paprika, til skrauts

LEIÐBEININGAR:

a) Vinnið hvítlaukinn í matvinnsluvél þar til hann er fínt hakkaður. Bætið kjúklingabaunum og tahini út í og vinnið þar til slétt. Bætið sítrónusafanum, salti eftir smekk og cayenne út í og vinnið þar til það hefur blandast vel saman.

b) Með vélina í gangi skaltu streyma olíunni út í og vinna þar til slétt er. Smakkið til, stillið krydd ef þarf. Flyttu yfir í meðalstóra skál og stráðu papriku yfir til að bera fram. Ef þú notar það ekki strax skaltu hylja og setja í kæli þar til þú þarft. Ef það er geymt á réttan hátt geymist það í kæli í allt að 4 daga.

16. Brennt rauð pipar hummus

Gerir um 11⁄2 bolla

HRÁEFNI:

- 2 hvítlauksrif, mulin
- 11⁄2 bolli soðnar eða 1 (15,5 únsu) dós kjúklingabaunir, tæmd og skoluð
- 2 ristaðar rauðar paprikur
- 1 matskeið ferskur lime safi
- Salt
- Malað cayenne

LEIÐBEININGAR:

a) Vinnið hvítlaukinn í matvinnsluvél þar til hann er fínt hakkaður. Bætið kjúklingabaunum og rauðri papriku út í og vinnið þar til slétt.

b) Bætið límónusafanum og salti og cayenne út í eftir smekk. Vinnið þar til það er vel blandað. Smakkið til, stillið krydd ef þarf.

c) Flyttu yfir í meðalstóra skál og berðu fram. Ef þú notar það ekki strax skaltu hylja og setja í kæli þar til þú þarft. Ef það er geymt á réttan hátt, geymist það í allt að 3 daga.

17. Hummus úr hvítum baunum og dilli

Gerir um 2 bolla

Dillweed bætir fallegum bragðblæ við þennan hummus og gefur honum frískandi bragð sem aðgreinir hann frá hefðbundnu hummusbragði. Berið fram með hrísgrjónakexum eða stökkum agúrkusneiðum til að dýfa í. Prófaðu líka mismunandi kryddjurtir eins og rósmarín.

HRÁEFNI:

- 2 hvítlauksrif, mulin
- 11⁄2 bolli soðnar eða 1 (15,5 únsu) dós hvítar baunir, eins og Great Northern, tæmd og skoluð
- 2 matskeiðar ferskur sítrónusafi
- 1⁄4 bolli ferskt dillweed eða 2 matskeiðar þurrkað
- 1⁄8 tsk malað cayenne
- 2 matskeiðar ólífuolía

LEIÐBEININGAR:

a) Vinnið hvítlaukinn í matvinnsluvél þar til hann er fínt hakkaður. Bætið kjúklingabaunum og tahini út í og vinnið þar til slétt. Bætið sítrónusafanum, dillweed, salti og cayenne út í og vinnið þar til það er vel blandað.

b) Með vélina í gangi skaltu streyma olíunni út í og vinna þar til slétt er. Smakkið til, stillið krydd ef þarf. Flyttu yfir í meðalstóra skál og hyldu og kældu í kæli 2 klukkustundum áður en það er borið fram. Bragðin batna og magnast ef þau eru framleidd. Ef það er geymt á réttan hátt, geymist það í allt að 3 daga.

18. Smoky Chipotle-Pinto hummus

Gerir um 11⁄2 bolla

HRÁEFNI:

- 1 hvítlauksgeiri, pressaður
- 11⁄2 bolli soðnar eða 1 (15,5 únsa) dós pinto baunir, tæmd og skoluð
- 2 tsk ferskur lime safi
- Salt og nýmalaður svartur pipar
- 1 msk fínt saxaður grænn laukur, til skrauts

LEIÐBEININGAR:

a) Vinnið hvítlaukinn í matvinnsluvél þar til hann er fínt hakkaður. Bætið baununum og chipotle út í og vinnið þar til slétt. Bætið límónusafanum og salti og pipar eftir smekk. Vinnið þar til það er vel blandað.

b) Færið yfir í meðalstóra skál og stráið grænu lauknum yfir. Berið fram strax eða hyljið og geymið í kæli í 1 til 2 klukkustundir til að leyfa bragðinu að magnast.

c) Ef það er geymt á réttan hátt, geymist það í allt að 3 daga.

19. Heimalagaður hummus

Gerir um 2 bolla

HRÁEFNI:

- 1 15 únsur. dós (425 g) kjúklingabaunir, tæmd/skolað (varavökvi)
- ¼ bolli (60 ml) af kjúklingabaunadósinni (eða undirvatni)
- 1 msk hakkaður hvítlaukur
- 1 matskeið tahini
- 1 ½ matskeið sítrónusafi
- ½ tsk kúmen
- ¼ tsk salt
- ¼ tsk paprika
- ⅛ teskeiðar cayenne, eftir smekk
- ⅛ teskeiðar pipar, eftir smekk

LEIÐBEININGAR:

a) Blandið öllu hráefninu saman í matvinnsluvél.

b) Skafið niður hliðarnar til hálfs og stillið kryddið eftir smekk.

20. Norður-indverskur hummus

Gerir: 2 BOLLAR

HRÁEFNI:

- 2 bollar (396 g) soðnar heilar baunir eða linsubaunir
- Safi úr 1 meðalstórri sítrónu
- 1 hvítlauksgeiri, afhýddur, snyrtur og saxaður gróft
- 1 tsk gróft sjávarsalt
- 1 tsk malaður svartur pipar
- ½ tsk ristað malað kúmen
- ½ tsk malað kóríander
- ¼ bolli (4 g) hakkað ferskt kóríander
- ⅓ bolli (79 ml) auk 1 matskeið af ólífuolíu
- 1–4 matskeiðar (15–60 ml) vatn
- ½ tsk paprika, til skrauts

LEIÐBEININGAR:

a) Í matvinnsluvél skaltu sameina baunirnar eða linsubaunir, sítrónusafa, hvítlauk, salt, svartan pipar, kúmen, kóríander og kóríander. Vinnið þar til vel blandað.

b) Þegar vélin er enn í gangi skaltu bæta olíunni við. Haltu áfram að vinna þar til blandan er rjómalöguð og slétt, bætið vatni út í eftir þörfum, 1 matskeið í einu.

21. Extra sléttur hummus

Gerir: 8

HRÁEFNI:

- 2 (14 aura) dósir kjúklingabaunir
- 2 hvítlauksrif, söxuð
- ¼ tsk malað kúmen
- Safi úr 1 sítrónu, auk meira eftir þörfum
- ½ bolli tahini
- 2 matskeiðar extra virgin ólífuolía, auk meira til að bera fram
- Flökt sjávarsalt
- Ristar furuhnetur, til að bera fram (valfrjálst)

LEIÐBEININGAR:

a) Blandið kjúklingabaununum, vökvanum úr dósunum og hvítlauknum saman í hraðsuðupottinn. Læstu lokið á sínum stað og eldaðu við háþrýsting í 10 mínútur. Fljótleg eða náttúruleg losun, opnaðu síðan þegar þrýstingurinn minnkar.

b) Geymið ½ bolla af eldunarvökvanum og tæmdu afganginn. Flyttu kjúklingabaununum og hvítlauknum í matvinnsluvél og blandaðu þar til þær eru að mestu sléttar, um það bil 3 mínútur. Bætið kúmeni, sítrónusafa, tahini og ólífuolíu saman við og blandið saman, um 1 mínútu. Á meðan maukað er, bætið rólega matreiðsluvökvanum út í, 1 matskeið í einu, þar til æskilegri samkvæmni er náð. Smakkið til og saltið eftir þörfum.

c) Hellið hummus í skál. Berið fram með ólífuolíu og ristuðum furuhnetum, ef vill. Geymið hummusinn í kæli í loftþéttu íláti í allt að 1 viku.

22. Sojabauna hummus

Gerir: 1 skammt

HRÁEFNI:

- 1 bolli Þurrar sojabaunir - lagðar í bleyti og tæmdar
- 3 matskeiðar sítrónusafi
- ¼ bolli Ólífuolía
- 2 matskeiðar Hakkað fersk steinselja
- 1 hvítlauksrif
- Salt og pipar

LEIÐBEININGAR:

a) Maukið allt hráefnið í matvinnsluvél þar til það er slétt.

b) Njóttu.

23. Karried kjúklingabauna hummus

Gerir: 4

Heildartími: 25 MÍNÚTUR

MATARGERÐ: LÍBANSK

HRÁEFNI:

- 1/2 bolli þurrar kjúklingabaunir; bleytur
- 1 lárviðarlauf
- 1/4 tsk duftformi kúmen
- 1/4 búnt steinselja; hakkað.
- 1/4 tsk paprika
- 2 hvítlauksrif
- 1 matskeið tahini
- 1/2 sítrónu; djúsað
- 1/4 tsk sjávarsalt
- 1 matskeið ólífuolía

LEIÐBEININGAR:

a) Blandaðu saman 3 bollum af vatni, kjúklingabaunum, lárviðarlaufi og hvítlauksgeirum í skyndipotti.

b) Lokaðu pottlokinu og eldaðu við háþrýsting í 18 mínútur.

c) Gerðu Natural losun og opnaðu strax pottlokið þegar það pípir.

d) Fjarlægðu lárviðarlaufið og sigtið soðnar kjúklingabaunir.

e) Látið malla í 2 mínútur í Instant Pot með olíunni og auka innihaldsefnum:. Blanda.

f) Blandið öllu hráefninu saman í blöndunarskál og berið fram.

24. Rauð pipar hummus (baunalaus)

GERIR 2 BOLLAR

- ½ bolli sesamfræ, möluð í duft
- 2 tsk saxaður hvítlaukur
- 1 tsk sjávarsalt
- 2 bollar fræhreinsuð og niðurskorin rauð paprika
- 1/3 bolli tahini
- ¼ bolli sítrónusafi
- ½ tsk malað kúmen

LEIÐBEININGAR:

a) Vinnið sesamfræin, hvítlaukinn og saltið í litla bita í matvinnsluvél.

b) Bætið því sem eftir er í hráefninu út í: og vinnið þar til það er slétt.

c) Geymist í 2 daga í ísskáp.

25. Kúrbít hummus

Gerir: 4

HRÁEFNI:

- 4 bollar kúrbít, saxað
- 3 matskeiðar grænmetiskraftur
- ¼ bolli ólífuolía
- Salt og svartur pipar eftir smekk
- 4 hvítlauksrif, söxuð
- ¾ bolli sesamfræmauk
- ½ bolli sítrónusafi
- 1 matskeið kúmen, malað

LEIÐBEININGAR:

a) Settu skyndipottinn þinn á sauté-stillingu, bætið við helmingi olíunnar, hitið hana upp, bætið við kúrbít og hvítlauk, hrærið og látið malla í 2 mínútur.

b) Bætið soðinu út í, salti og pipar, setjið lok á pottinn og eldið á High í 4 mínútur í viðbót.

c) Flyttu kúrbítnum yfir í blandarann þinn, bætið restinni af olíunni, sesamfræmauki, sítrónusafa og kúmeni út í, blandið vel saman, setjið í skálar og berið fram sem snarl.

d) Njóttu!

26. Einfaldur hummus

Gerir: 6

HRÁEFNI:

1¼ bollar / 250 g þurrkaðar kjúklingabaunir

1 tsk matarsódi

6½ bollar / 1,5 lítrar vatn

1 bolli auk 2 msk / 270 g létt tahinimauk

4 msk nýkreistur sítrónusafi

4 hvítlauksrif, pressuð

6½ msk / 100 ml ísköldu vatni

salt

LEIÐBEININGAR:

a) Kvöldið áður, setjið kjúklingabaunirnar í stóra skál og hyljið þær með köldu vatni að minnsta kosti tvöfalt rúmmál þeirra. Látið liggja í bleyti yfir nótt.

b) Daginn eftir, tæmdu kjúklingabaunirnar. Setjið meðalstóran pott yfir háan hita og bætið tæmdum kjúklingabaunum og matarsódanum út í. Eldið í um 3 mínútur, hrærið stöðugt í. Bætið vatninu út í og látið suðuna koma upp. Eldið, fjarlægið hvaða froðu sem er og öll skinn sem fljóta upp á yfirborðið. Kjúklingabaunirnar þurfa að eldast í 20 til 40 mínútur, allt eftir tegund og ferskleika, stundum jafnvel lengur. Þegar þær eru búnar ættu þær að vera mjög mjúkar, brotna auðveldlega í sundur þegar þær eru þrýst á milli þumalfingurs og fingurs, næstum en ekki alveg mjúkar.

c) Tæmið kjúklingabaunirnar. Þú ættir að hafa um það bil 3⅔ bolla / 600 g núna. Setjið kjúklingabaunirnar í matvinnsluvél og vinnið þar til það er stíft deig. Bætið síðan við tahinimaukinu, sítrónusafanum, hvítlauknum og 1½ tsk salti, þegar vélin er enn í gangi. Að lokum er ísvatninu hellt hægt út í og látið blandast í um það bil 5 mínútur þar til þú færð mjög slétt og rjómakennt deig.

d) Settu hummusinn yfir í skál, hyldu yfirborðið með plastfilmu og láttu það hvíla í að minnsta kosti 30 mínútur. Ef það er ekki notað strax, geymið í kæli þar til þarf. Gakktu úr skugga um að taka það úr kæli að minnsta kosti 30 mínútum áður en það er borið fram.

27. Hummus Kawarma (lambakjöt) með sítrónusósu

Gerir: 6

Einfaldur hummus, geymdu 4 msk af soðnu kjúklingabaunum til að skreyta

söxuð flatblaða steinselja, til að skreyta

2 msk furuhnetur, ristaðar í ofni eða steiktar í smá ósöltuðu smjöri

HRÁEFNI:

KAWARMA

- 10½ oz / 300 g hálsflök af lambakjöti, smátt skorið í höndunum
- ¼ tsk nýmalaður svartur pipar
- ¼ tsk nýmalaður hvítur pipar
- 1 tsk malað pipar
- ½ tsk malaður kanill
- góð klípa af nýrifnum múskat
- 1 tsk mulið þurrkað za'atar eða oregano lauf
- 1 msk hvítvínsedik
- 1 msk söxuð mynta
- 1 msk söxuð flatblaða steinselja
- 1 tsk salt
- 1 msk ósaltað smjör eða ghee
- 1 tsk ólífuolía

Sítrónusósa

- ⅓ oz / 10 g flatblaða steinselja, smátt saxuð
- 1 grænt chili, smátt saxað
- 4 msk nýkreistur sítrónusafi
- 2 msk hvítvínsedik
- 2 hvítlauksgeirar, muldir
- ¼ tsk salt

LEIÐBEININGAR:

a) Til að búa til kawarma, setjið allt hráefnið fyrir utan smjörið eða ghee og olíu í meðalstóra skál. Blandið vel saman, lokið og leyfið blöndunni að marinerast í ísskápnum í 30 mínútur.

b) Rétt áður en þú ert tilbúinn að elda kjötið skaltu setja allt hráefnið fyrir sítrónusósuna í litla skál og hræra vel.

c) Hitið smjör eða ghee og ólífuolíu á stórri pönnu við meðalháan hita. Bætið kjötinu í tvær eða þrjár lotur og hrærið þegar þið steikið hverja lotu í 2 mínútur. Kjötið á að vera ljós bleikt í miðjunni.

d) Skiptið hummusnum í 6 einstaka grunna skálar, skilið eftir smá hol í miðju hverrar skálar. Hellið heitu kawarma í holuna og stráið kjúklingabaununum yfir. Dreypið ríkulega af sítrónusósunni og skreytið með smá steinselju og furuhnetunum.

28. Musabaha & ristað píta

Gerir: 6

HRÁEFNI:

- 1¼ bollar / 250 g þurrkaðar kjúklingabaunir
- 1 tsk matarsódi
- 1 msk malað kúmen
- 4½ msk / 70 g létt tahinimauk
- 3 msk nýkreistur sítrónusafi
- 1 hvítlauksgeiri, pressaður
- 2 msk ísköld vatn
- 4 litlar pítur (4 oz / 120 g samtals)
- 2 msk ólífuolía
- 2 msk saxuð flatblaða steinselja
- 1 tsk sæt paprika
- salt og nýmalaður svartur pipar

TAHINI SÓSA

- 5 msk / 75 g létt tahinimauk
- ¼ bolli / 60 ml vatn
- 1 msk nýkreistur sítrónusafi
- ½ hvítlauksgeiri, pressaður

Sítrónusósa

- ⅓ oz / 10 g flatblaða steinselja, smátt saxuð
- 1 grænt chili, smátt saxað
- 4 msk nýkreistur sítrónusafi
- 2 msk hvítvínsedik
- 2 hvítlauksgeirar, muldir
- ¼ tsk salt

LEIÐBEININGAR:

a) FylgduEinfaldur hummus uppskrift að aðferð við að bleyta og elda kjúklingabaunir, en elda þær aðeins minna; þær ættu að hafa smá mótstöðu eftir í sér en samt vera fulleldaðar. Tæmdu soðnu kjúklingabaunirnar, geymdu ⅓ bolla / 450 g) ásamt eldunarvatninu, kúmeninu, ½ tsk salti og ¼ tsk pipar. Haltu blöndunni heitri.

b) Setjið afganginn af kjúklingabaununum (1 bolli / 150 g) í litla matvinnsluvél og vinnið þar til þú færð stíft deig. Bætið síðan við tahinimaukinu, sítrónusafanum, hvítlauknum og ½ teskeið af salti, þegar vélin er enn í gangi. Að lokum er ískalda vatninu hægt út í og blandað saman í um það bil 3 mínútur þar til þú færð mjög slétt og rjómakennt deig. Látið hummusinn liggja á annarri hliðinni.

c) Á meðan kjúklingabaunir eru að eldast geturðu útbúið aðra þætti réttarins. Fyrir tahinisósuna, setjið allt hráefnið og klípa af salti í litla skál. Blandið vel saman og bætið aðeins meira vatni út í ef þarf til að fá þykkt aðeins rennandi en hunang.

d) Blandið því næst saman öllu hráefninu fyrir sítrónusósuna og setjið til hliðar.

e) Að lokum skaltu opna píturnar og rífa tvær hliðar í sundur. Settu undir heitan grill í 2 mínútur, þar til það er gullið og alveg þurrt. Látið kólna áður en það er brotið í oddvita bita.

f) Skiptið hummusinu í fjórar einstakar grunnar skálar; ekki jafna það eða ýta því niður, þú vilt hæðina. Skeið yfir volgu kjúklingabaununum og síðan tahinisósunni, sítrónusósunni og ögn af ólífuolíu. Skreytið með steinseljunni og papriku stráið og berið fram ásamt ristuðu pítubitunum.

29. Alvöru Hummus

Gerir: 20

HRÁEFNI:

- 19oz garbanzo baunir, helmingur vökvans frátekinn
- 2 matskeiðar tahini
- 2 hvítlauksrif, skipt
- 4 matskeiðar grænmetissoð
- 4 matskeiðar sítrónusafi
- 1 tsk salt
- Svartur pipar eftir smekk

LEIÐBEININGAR:

a) Byrjaðu á því að saxa hvítlaukinn, blandaðu honum síðan saman við garbanzo baunirnar í blandara og pulsaðu. Geymið 1 matskeið af garbanzo baunum til að skreyta.

b) Blandið vökvanum, tahini sítrónusafa og salti í blandarann. Blandið blöndunni þar til hún er slétt og kremkennd.

c) Fylltu framreiðsluskál til helminga af blöndunni.

d) Kryddið með pipar og hellið grænmetissoðinu út í. Skreytið með garbanzo baunum ef vill.

30. Þistilhummus

Gerir: 16 skammta

HRÁEFNI:

- 2 bollar soðnar garbanzo baunir
- 1 bolli þistilhjörtu
- 6 hvítlauksrif
- 2 sítrónur
- ½ tsk paprika
- ½ tsk kúmen
- ½ tsk Kosher salt
- ½ tsk hvítur pipar
- Virgin ólífuolía

LEIÐBEININGAR:

a) Safa sítrónurnar. Blandið öllum hráefnunum nema olíunni saman í skál matvinnsluvélar, kveikið á og hellið ólífuolíu rólega yfir þegar hráefnin eru unnin í rjómalöguð samkvæmni.

31. Sellerí með hvítum bauna hummus

Gerir: 2 skammta

HRÁEFNI:

- ¼ pund Skolið tæmt niðursoðið hvítt nýra; (cannellini) baunir
- 1 matskeið Tahini; (sesammauk)
- 2 tsk Saxaður skalottlaukur
- 2 tsk Nýkreistur sítrónusafi
- ¼ tsk Hvítlauksduft
- 1 strá pipar
- 1 msk fínt saxað ferskt dill EÐA 1/2 tsk þurrkað dill
- 2 miðlungs sellerí rif skorin í tíu 2" bita

LEIÐBEININGAR:

a) Einfaldlega létt matreiðsla Í matvinnsluvél, sameinaðu öll hráefni nema dill og sellerí og vinnðu þar til blandan líkist mjúku deigi. Hrærið dilli saman við. Dreifið jöfnu magni af baunablöndu á hvert sellerístykki.

32. Framandi baunahummus

Gerir: 1 skammt

HRÁEFNI:

- 2 bollar Soðnar hvítar baunir
- 1 matskeið Tahini; (sesamsmjör)
- 1 matskeið Saxaður hvítlaukur
- 3 matskeiðar Ferskur sítrónusafi
- 2 matskeiðar Hakkað steinselja
- 1 tsk Hakkað mynta; valfrjálst
- 1 tsk Fullkorns sinnep
- ¼ tsk heit pipar sesamolía; eða eftir smekk
- Salt; að smakka
- Nýmalaður svartur pipar; að smakka

LEIÐBEININGAR:

a) Í matvinnsluvél eða blandara er öllu hráefninu bætt nema sesamolíu og salti og pipar og unnið þar til slétt er. Bætið heitu sesamolíunni og salti og pipar eftir smekk og blandið saman með nokkrum stuttum köstum.

b) Þynnið ef vill með einhverju af baunaeldunarvökvanum, vatni eða súrmjólk.

c) Geymið þakið í kæli í allt að 5 daga. Þessi uppskrift gerir um 2 bolla af hummus.

33. Hátíðarhummus

Gerir: 1 skammtur

HRÁEFNI:

- 2 miðlungs hvítlauksrif; (allt að 3)
- 1 búnt fersk steinselja
- 2 stórir rauðlaukar; skera í 1 tommu bita
- 2 dósir (15-1/2 oz) kjúklingabaunir; skolað og tæmt
- 6 matskeiðar Tahini
- 6 matskeiðar ferskur sítrónusafi
- 1 tsk Salt

LEIÐBEININGAR:

a) Setjið hvítlauk, steinselju og lauk í matvinnsluvél og hakkið.

b) Bætið kjúklingabaununum, tahini, sítrónusafa og salti út í og maukið í þykkt deig.

c) Geymið í þéttu lokuðu geymsluíláti og geymið í kæli.

34. Hummus guacamole

Gerir: 3 bollar

HRÁEFNI:

- 1 hvert Þroskað avókadó, afhýtt
- 2 bollar Hummus bi tahini
- 1 hver rauðlaukur, saxaður
- 1 lítill tómatur, saxaður
- 1 msk grænt chili, saxað
- Ólífuolía
- Cilantro, saxað
- Píta

LEIÐBEININGAR:

a) Skelltu avókadó í meðalstóra skál. Maukið og bætið hummus út í, blandið vel saman. Hrærið lauknum, tómötunum og chilies varlega saman við. Athugaðu krydd. Lokið og kælið. Áður en borið er fram, dreypið ólífuolíu yfir og skreytið með kóríander. Berið fram með pítubátum.

35. Hummus með sólþurrkuðum tómötum og kóríander

Gerir: 3 bollar

HRÁEFNI:

- 2½ bolli soðnar kjúklingabaunir (1 bolli þurrkaðar), tæmdar (geymdu eitthvað af vökvanum) -eða-
- 1 dós, (15 aura) tæmd (geymdu eitthvað af vökvanum)
- 3 stór hvítlauksgeirar, smátt saxaðir (eða eftir smekk)
- ¼ bolli sítrónusafi
- 3 matskeiðar ólífuolía -eða-
- 2 matskeiðar ólífuolía -og-
- 1 msk ólífuolía með chili bragði
- 3 matskeiðar sesam tahini
- ¼ bolli Fitulítil eða fitulaus jógúrt (meira ef þarf)
- ½ tsk kúmen
- 3 sólþurrkaðir tómatar í olíu, saxaðir gróft (allt að 4)
- ¼ bolli ferskt kóríander, smátt saxað
- Salt
- 1 dash Cayenne pipar, eða eftir smekk (valfrjálst)
- Smá smátt skorið ferskt kóríander til skrauts

LEIÐBEININGAR:

a) Saxið hvítlaukinn í matvinnsluvél með stálhnífnum. Bætið kjúklingabaununum út í. Vinnið í um það bil eina mínútu þar til kjúklingabaunirnar eru saxaðar og mjúkar.

b) Bætið sítrónusafanum, ólífuolíu, tahini, helmingnum af jógúrtinni og ögn af cayenne pipar út í. Vinnið þar til slétt. Þynntu út að vild með afganginum af jógúrtinni og smá auka ólífuolíu. Blandan á að vera slétt en ekki rennandi. Ef blandan virðist of þurr, bætið þá við smá af vökvanum frá kjúklingabaununum eða aðeins meiri olíu.

c) Takið blönduna úr matvinnsluvélinni og setjið í skál. Hrærið söxuðum sólþurrkuðu tómötunum og fínt söxuðu kóríander saman við. Smakkið til og stillið krydd. Skreytið með auka söxuðum kóríander.

d) Berið fram með hráu grænmeti og/eða pítubrauði skorið í þríhyrningslaga báta.

36. Hummus með ristuðum furuhnetum og steinseljuolíu

Gerir: 1 skammt

HRÁEFNI:

- ¼ bolli Pakkaðir ferskir flatblöðraðir steinseljukvistar
- ; auk 2 til 3 kvista til viðbótar
- ¾ bolli Extra virgin ólífuolía
- 3 matskeiðar furuhnetur
- 1 tsk kúmenfræ
- 2 dósir kjúklingabaunir; (19 aura)
- 4 hvítlauksrif
- ⅔ bolli Vel hrært tahini*; (Mið-Austurlanda
- ; sesammauk)
- ⅔ bolli Vatn
- 5 matskeiðar ferskur sítrónusafi
- 1 tsk Salt
- Ristaðir pítuflögur

LEIÐBEININGAR:

a) Hitið ofninn í 350 gráður.

b) Maukið ¼ bolli steinselju með ¼ bolla olíu í blandara eða lítilli matvinnsluvél. Hellið blöndunni í gegnum fínt sigti yfir skál, þrýstið hart á fast efni og fleygið föstum efnum.

c) Ristið furuhnetur og kúmenfræ á lítilli bökunarpönnu, hrærið af og til, þar til hneturnar eru gullnar, um það bil 10 mínútur.

d) Skolið og skolið kjúklingabaunir í sigti og maukið ½ bolli með hvítlauk í matvinnsluvél þar til hvítlaukur er fínt saxaður.

e) Bætið tahini, vatni, sítrónusafa, salti, kjúklingabaunum sem eftir eru og ½ bolli af ólífuolíu út í og maukið þar til það er slétt. Uppskrift má útbúa allt að þessum tímapunkti 3 dögum fram í tímann.

f) Geymið hummus og steinseljuolíu kælda, þakið og furuhnetum og kúmenfræjum í loftþéttu íláti við stofuhita. Látið steinseljuolíuna í stofuhita fyrir notkun.

g) Fjarlægðu blöðin af steinseljugreinum til viðbótar. Skiptu hummus á milli 2 grunna diska og slétta toppa. Dreypið hummus með steinseljuolíu og stráið steinselju, furuhnetum og kúmenfræjum yfir.

h) Berið fram hummus með pítubrauði.

37. Hummus með pumpking og granatepli

Gerir: 4 skammta

HRÁEFNI:

- 1 bolli soðnar kjúklingabaunir
- 1 bolli grasker, soðið og maukað, eða niðursoðið grasker
- 2 matskeiðar Tahini, orig kallaður fyrir 1/3 bolli
- ¼ bolli fersk steinselja, söxuð
- 3 hvítlauksrif, söxuð
- 2 granatepli

a) Pítubrauð, klofið og heitt, eða önnur kex, brauð, grænmeti

b) Maukið kjúklingabaunir, grasker, tahini, steinselju og hvítlauk þar til þær eru sléttar.

c) Færið yfir á framreiðsludisk.

d) Brauð opnaðu granatepli og skildu fræin frá innri himnunni. Stráið fræjum yfir hummus-serninn kældan eða við stofuhita með pítunum eða öðrum „dípum".

38. Hummus með tómatabragði

Gerir: 6 skammta

HRÁEFNI:

- 16 dósir Kjúklingabaunir
- 1 sítrónu
- 1 hvítlauksgeiri
- ½ tsk Tahini
- 2 matskeiðar Ólífuolía
- ½ tsk Salt
- 1 Laukur
- 1 tómatur
- 1 bolli grófsöxuð steinselja

LEIÐBEININGAR:

a) Tæmdu kjúklingabaunirnar, geymdu ¼ bolla af vökva. Kreistið safann úr sítrónunni.

b) Hakkaðu hvítlaukinn, maukaðu kjúklingabaunirnar og geymdan vökva, sítrónusafa, hvítlauk, tahini, olíu og salt í matvinnsluvél þar til það er mjög slétt.

c) Saxið laukinn og tómatana og blandið saman við steinseljuna. Setjið hummusinn á disk og raðið bragðinu við hliðina á honum.

d) Dreifið hummusnum með auka ólífuolíu.

39. Fitulítil hummus ídýfa

Gerir: 4 skammta

HRÁEFNI:

- 1 dós (16 oz) garbanzo baunir; kjúklingabaunir
- 1 tsk Tahini
- 1 tsk Extra virgin ólífuolía
- 1 tsk Saxaður hvítlaukur
- 1 matskeið Vatn
- ¼ tsk pipar
- 2 tsk ferskur sítrónusafi
- Cayenne pipar eftir smekk
- ½ tsk kúmen
- ⅛ teskeið Salt
- 2 harðsoðin egg; eggjarauður fjarlægðar
- 2 matskeiðar saxaðar svartar ólífur
- 1 grein steinselja

LEIÐBEININGAR:

a) Tæmið og skolið garbanzo baunirnar. Reyndu að fjarlægja eins mikið af lausu ytri hlífinni á baununum meðan á skolun stendur og hægt er. Fargið þessum ytri hlífum. Vinnið allt hráefni nema egg, ólífur og steinselju í blandara eða matvinnsluvél þar til það er slétt. Setjið í framreiðsluskál.

b) Fjarlægðu eggjarauðurnar og geymdu fyrir aðra uppskrift eða fargaðu. Skerið eggjahvíturnar í litla bita, blandið saman við ólífurnar og stráið ídýfuna yfir.

c) Skreytið með steinselju til að bera fram.

40. Saskatchewan hummus

Gerir: 12 skammta

HRÁEFNI:

- ¼ bolli Hnetusmjör
- ½ tsk kúmen
- ½ tsk Salt
- 2 hvítlauksgeirar
- 2 matskeiðar sítrónusafi
- 3 matskeiðar; heitt vatn
- 1 tsk sesamolía
- 2½ bolli gular klofnar baunir; eldað
- Fersk steinselja
- Hnetur; valfrjálst
- Svartar ólífur; valfrjálst

Flestar Hummus uppskriftir byrja á Garbanzo baunum; þetta afbrigði notar gular klofnar baunir og smá hnetusmjör.

LEIÐBEININGAR:

a) Blandið saman hnetusmjöri, kúmeni, salti og hvítlauk. Bæta við sítrónusafa, heitu vatni og sesamolíu; blandið vandlega saman. Maukið klofnar ertur; bætið hnetusmjöri saman við og blandið saman. Skreytið með steinselju og mögulega söxuðum hnetum eða sneiðum svörtum ólífum. Berið fram með pítubrauði og fersku grænmeti til ídýfingar.

41. Pestó hummus

Gerir: 1 skammt

HRÁEFNI:

- 1 dós kjúklingabaunir (garbanzo baunir), næstum tæmd (geymdu safa)
- 2 knippi basil (eða svo), saxað.
- ½ sítrónu safi

LEIÐBEININGAR:

a) Setjið kjúklingabaunir, basil og smá af sítrónunni í skál. Maukið með blandara. Bætið sítrónusafa út í þar til bragðið og bragðið er ánægjulegt. Ef það er enn of þykkt má bæta við smá af afganginum af kjúklingabaunum. Berið fram sem ídýfu eða notið sem álegg á ferskt brauð.

42. Rjómalöguð blómkálshummus

Gerir: 8

HRÁEFNI:

- 1 blómkálshaus, skorinn í báta
- 2 msk ferskur lime safi
- 1 tsk hvítlaukur, saxaður
- 1/3 bolli tahini
- 3 msk ólífuolía
- Pipar
- Salt

LEIÐBEININGAR:

a) Dreifið blómkáli á pönnu.

b) Veldu bökunarstillingu og stilltu síðan hitastigið á 400 °F og tíma í 35 mínútur. Ýttu á start.

c) Þegar Air Fryer ofninn er forhitaður skaltu setja plötuna inn í ofninn.

d) Flyttu blómkálinu í matvinnsluvélina. Bætið við afganginum af hráefninu: og vinnið þar til það er slétt.

e) Berið fram og njótið.

43. Ristað gulrót hummus

HRÁEFNI:

- 1 dós af kjúklingabaunum, skoluð og skoluð.
- 3 gulrætur.
- 1 hvítlauksgeiri.
- 1 teskeið af papriku.
- 1 hlaðin matskeið af tahini.
- Safi úr 1 sítrónu
- 2 matskeiðar af jómfrúarolíu til viðbótar.
- 6 matskeiðar af vatni.
- ½ tsk kúmenduft.
- Salt eftir smekk.

LEIÐBEININGAR:

a) Hitið ofninn í 400°F. Þvoið og afhýðið gulræturnar og skerið þær í litla bita, setjið þær á bökunarplötu með ögn af ólífuolíu, klípu af salti og hálfa teskeið af papriku. Bakið í um 35 mínútur þar til gulrótin er orðin mjúk.

b) Takið þær úr ofninum og látið kólna.

Á meðan þeir kólna, undirbúið hummusinn: þvoið og látið renna vel af kjúklingabaununum og setjið þær í matarkvörn með restinni af virku innihaldsefnunum: og vinnið þar til þú sérð vel blandaða blöndu. Bætið svo gulrótunum og hvítlauknum út í og vinnið aftur!

44. Hummus Caesar dressing

Gerir: 8 skammta

HRÁEFNI:

- ¼ bolli verslunarkeyptur vegan hummus
- 1 tsk kryddað sinnep
- ½ tsk sítrónubörkur
- 3 matskeiðar af sítrónusafa
- 2 tsk kapers, söxuð, auk pækilsafa
- 4 hvítlauksgeirar, saxaðir
- 1 klípa hvert sjávarsalt + pipar
- 1 tsk hlynsíróp
- Heitt vatn

LEIÐBEININGAR

a) Blandið saman hummus, krydduðu sinnepi, sítrónuberki, sítrónusafa, kapers, safa og hvítlauk í blöndunarskál.

b) Þeytið vandlega til að blanda saman.

c) Bætið við smá heitu vatni til að þynna þar til það er hellt og þeytið þar til rjómakennt og slétt.

d) Notið strax eða geymið í kæli í allt að 5-7 daga.

HUMMUS RÉTTIR

45. Agúrka seitan Rollups

Gerir: 6 skammta

Allir vilja taka upp eina af þessum fallegu litlu rúllum af grænmeti og próteini. Skelltu einum í munninn og njóttu bragðanna og áferðanna.

HRÁEFNI:

- 1 rauð paprika
- 1 appelsínugul paprika
- 1 gul paprika
- 2 6 tommu gúrkur
- ¼ bolli hummus
- ¼ tsk salt
- ¼ tsk malaður svartur pipar
- ⅓ bolli seitan, mulið (Slow Cooker Log fyrir þunnar sneiðar og mola

LEIÐBEININGAR:

a) Skerið paprikuna í sneiðar þar til þú hefur átján þunnar ræmur af hverjum lit á stærð við tannstöngla og skerið svo afganginn af paprikunni í mjög fína teninga (átti að vera að minnsta kosti 3 matskeiðar af hverjum lit, þú gætir átt afgang). Setja til hliðar.

b) Notaðu grænmetisskeljara til að skera langar lengjur af gúrkunum. Haltu sömu stefnu svo að eitthvað grænt verði á hverri langbrún ræmanna. Skerið á allar fjórar hliðar og fargið miðju fræhlutanum. Þú munt hafa um það bil tvær eða þrjár sneiðar frá hverri af fjórum hliðum gúrkunnar.

c) Leggið sneiðarnar út. Dreifið um 2 tsk hummus niður í miðju hverrar ræmu; dreift jafnt yfir og haldið aðeins frá langbrúninni. Stráið ögn af salti og pipar á hverja hummushjúpa gúrku. Stráið nú um 1½ tsk hverri af seitan og söxuðum paprikublöndu á hverja sneið.

d) Rúllið hverri gúrku upp og festið með tannstöngli. Settu á hliðarnar og renndu þremur mismunandi lituðum paprikustrimlum inn í miðjuna á mismunandi hæð. Þú þarft að klippa sum þeirra styttri til að ná þessu útliti.

46. Pestó og stökk Tofu Flatbrauðssamloka

Gerir: 2 skammta

HRÁEFNI:

- Tófú
- 2 únsur afar stíft tofu, tæmt, pressað og skorið í 1 tommu teninga
- ¼ bolli grænmetissoð
- 1 matskeið tamari
- 1 tsk laukduft
- ¼ tsk salt
- ¼ bolli maíssterkju
- Pestó
- ¼ bolli hráar kasjúhnetur, lagðar í bleyti í 1 klst
- 1 bolli basil, pakkað
- 1 hvítlauksgeiri
- ½ tsk salt
- 2 matskeiðar næringarger
- 3 matskeiðar extra virgin ólífuolía
- Að setja saman
- 1 matskeið kókosolía
- ¼ bolli hægeldaður laukur
- 6 sveppir, skornir í sneiðar
- ¼ bolli hummus
- 2 sneiðar flatbrauð
- ½ bolli sólblómaspíra

LEIÐBEININGAR:

Tófú

a) Blandið saman grænmetissoðinu, tamari, laukdufti og salti í lítilli skál. Bætið tófúinu út í og látið marinerast í að minnsta kosti 1 klst.

b) Forhitið ofninn í 350°F.

c) Setjið maíssterkjuna í miðlungs skál.

d) Takið tófúið úr marineringunni og setjið á maíssterkjuna. Hrærið og setjið svo á bökunarplötu. Bakið í 30 til 40 mínútur. Hrærið með spaða á 10 mínútna fresti þar til það er gullið og blásið.

e) Pestó

f) Setjið kasjúhnetur, basil, hvítlauk og salt í litla matvinnsluvél. Vinnið í um 30 sekúndur. Bætið næringargerinu og ólífuolíu út í og vinnið í nokkrar sekúndur í viðbót þar til það hefur blandast vel saman.
g) Samkoma
h) Hitið kókosolíuna á pönnu við meðalháan hita. Bætið lauknum og sveppunum út í og steikið í um það bil 10 til 15 mínútur eða þar til laukurinn er hálfgagnsær. Takið af hitanum.
i) Smyrjið helmingnum af hummusinu á hverja flatböku. Smyrjið helmingnum af pestóinu á hverja flatböku. Stráið helmingnum af tófúinu, sólblómaspírum, sveppum og lauk niður í miðju hverrar flatbrauðs. Brjótið hvert flatbrauð saman til að skarast og festið með skrautlegum tökum.

47. Brokkolí örgræn salat með avókadó

Gerir: 2

HRÁEFNI:

- 1 bolli brokkolí örgrænt
- 1 matskeið söltuð sólblómafræ
- ¼ avókadó, skorið í bita
- 2 matskeiðar heimagerð vinaigrette
- 2 matskeiðar sítrónu hummus
- ½ bolli kimkraut

LEIÐBEININGAR:

a) Kasta örgrænu með kimkraut, avókadó sneiðum og sólblómafræjum á stórt fat.

b) Hrærið með hummus og dressingu, kryddið síðan með nýstökkuðum pipar.

48. Tofu Flatbrauð samloka með hvítlauk

Gerir: 2 skammta

HRÁEFNI:

TOFU

- 2 únsur extra þétt tófú, tæmd, pressuð og skorin í 1 tommu teninga
- ¼ bolli maíssterkju
- ¼ bolli grænmetissoð
- 1 matskeið tamari
- ¼ tsk salt
- 1 tsk laukduft

PESTÓ

- 1 bolli basil, pakkað
- ½ tsk salt
- 3 matskeiðar extra virgin ólífuolía
- 2 matskeiðar næringarger
- ¼ bolli hráar kasjúhnetur, lagðar í bleyti í 1 klst
- 2 hvítlauksgeirar

AÐ ÞJÓNA

- 1 matskeið kókosolía
- ¼ bolli hægeldaður laukur
- 6 sveppir, skornir í sneiðar
- ¼ bolli hummus
- 2 sneiðar flatbrauð
- ½ bolli sólblómaspíra

LEIÐBEININGAR:

TOFU

a) Forhitið ofninn í 350°F.

b) Blandið grænmetissoðinu, tamari, laukdufti og salti saman í skál.

c) Dýptu tófúið og marineraðu tófúið í að minnsta kosti klukkutíma.

d) Setjið maíssterkjuna í skál.

e) Takið tófúið úr marineringunni og setjið það á maíssterkjuna.

f) Hrærið og setjið svo á bökunarplötu.

g) Bakið í 40 mínútur.

h) Á 10 mínútna fresti, hrærið með spaða þar til það er gullið og blásið.

PESTÓ

a) Blandið saman kasjúhnetum, basil, hvítlauk og salti í lítilli matvinnsluvél. Vinnið í 30 sekúndur.

b) Bætið næringargerinu og ólífuolíu út í og vinnið í nokkrar sekúndur lengur.

SAMSETNING

a) Bræðið kókosolíuna á pönnu við meðalháan hita. Steikið laukinn og sveppina í 10 mínútur, eða þar til laukurinn er hálfgagnsær. Takið pönnuna af hitanum.

b) Dreifið helmingnum af hummusinu og helmingnum af pestóinu á hverja flatböku.

c) Fylltu hvert flatbrauð með helmingnum af tófúinu, sólblómaspírum, sveppum og lauk.

d) Brjótið hvert flatbrauð í tvennt og festið það síðan með tannstönglum.

49. Kókosrækjur með karríuðum hummus

Gerir: 2 tugi

HRÁEFNI:

- ¾ bolli Ósykrað rifið
- Kókos (um 2oz)
- 12 miðlungs rækjur, afhýddar
- Haldið endilöngu,
- Og deveined
- Salt og pipar
- 3 matskeiðar hunang
- ½ bolli tilbúinn hummus (um 4oz)
- 2 tsk Madras karrýduft
- 24 Miniature pappadums eða
- 2 pítubrauð
- Skiptu í tvennt
- Lárétt, síðan skera
- Í báta og ristað brauð
- 24 kóríanderlauf

LEIÐBEININGAR:

a) Forhitaðu ofninn í 350 F. Ristaðu kókoshnetuna í um það bil 5 mínútur, hrærðu af og til, þar til hún er gullin og stökk. Færið yfir á disk og látið kólna.

b) Kryddið rækjurnar með salti og pipar og penslið með hunanginu.

c) Kastaðu rækjunum í kókoshnetuna og raðaðu þeim á bökunarplötu.

d) Bakið í um 7 mín, eða þar til rækjurnar eru eldaðar í gegn. Látið kólna.

e) Blandið hummus og karrýdufti saman í lítilli skál/ Flytjið í sætabrauðspoka með litlum hringlaga odd og pípið á stærðarmikið magn af karrýhummus af hverjum pappadum (eða pítustykki). Eða drekka hummusinn á pappadum. Toppið hvern pappadum með kókosrækju, skreytið með kóríanderlaufi og berið fram.

50. Spergilkálsspjót með þykkum hummus

Gerir: 1 skammtur

HRÁEFNI:

- Saucy hummus;, (fyrir neðan)
- 1½ pund spergilkálsspjót
- 1 bolli niðursoðnar garbanzo baunir
- ½ bolli upprunaleg hrein jógúrt
- 1 matskeið Pakkað fersk kóríander eða steinselja
- 1 matskeið lime safi
- ¼ tsk Salt
- SÖTTUR HUMMUS

LEIÐBEININGAR:

a) Undirbúið hressandi hummus.

b) Hitið 1 tommu vatn (saltað ef þess er óskað) að suðu í 3 lítra potti.

c) Bæta við spergilkál.

d) Hitið að suðu; draga úr hita. Látið malla í 10 til 12 mínútur eða þar til stilkarnir eru mjúkir. Berið sósu fram yfir brokkolí.

e) Saucy hummus: Setjið allt hráefnið í matvinnsluvél eða blandara. Lokið og vinnið eða blandið á hátt þar til slétt.

51. Hummus tamales

Gerir: 9 skammta

HRÁEFNI:

- 1 Basic Masa deiguppskrift
- 3 bollar kjúklingabaunir; eldað
- ½ bolli sesam tahini
- 6 matskeiðar edik, brún hrísgrjón
- 18 maíshýði
- 3 hvítlauksrif; hakkað
- 3 matskeiðar steinselja, fersk; hakkað
- 2 matskeiðar Tamari
- FYLLING

LEIÐBEININGAR:

Til að gera fyllingu:

a) Blandið fyllingunni Hráefni: í matvinnsluvél til að gera þykkt deig.

b) Bætið við smá vatni ef nauðsyn krefur til að ná æskilegri samkvæmni.

c) Fylltu og eldaðu tamales samkvæmt "Tamales: Basic Procedure".

52. Hummus með pítu ristuðu brauði

Gerir: 4 skammta

HRÁEFNI:

- 3 hvítlauksrif; maukaður
- 2 6" pítubrauð
- 3 msk smjör; bráðnað
- 19 únsur dós kjúklingabaunir; skolað/tæmt 3 msk Tahini (sesamfræmauk) 1 msk ólífuolía
- 3 msk ferskur sítrónusafi
- 1 ts salt
- 1 tsk ólífuolía til skrauts
- fersk steinselja; hakkað
- Vatn

LEIÐBEININGAR:

a) Penslið grófar hliðar pítuþríhyrninganna með smjöri, stráið þeim yfir með salti eftir smekk og bakið á ofnplötu í efsta þriðjungi af forhitaðri 400 gráðu hita. ofninn þar til hann er gullinn, um 6-8 mínútur.

b) Blandið saman kjúklingabaunum, tahini, olíu, sítrónusafa, hvítlauksmauki og pipar í matvinnsluvél og nóg af vatni til að hylja blönduna eftir smekk þar til slétt er. Má gera með 1 dags fyrirvara og kæla.

c) Stráið steinselju yfir og dreypið smá af ólífuolíu yfir og stráið steinselju yfir til að bera fram með pítubrauði.

53. Hummus-kúskús brauð

Gerir: 4 skammta

HRÁEFNI:

- 1 bolli kúskús
- 2½ bolli Vatn
- ¼ bolli Vatn
- 1 tsk Ólífuolía
- 1 lítið eggaldin, skorið í franskar strimlar
- 2 gulrætur, skornar í mjög litla bita (hakkað)
- 2 hvítlauksgeirar, saxaðir
- ¼ tsk Salt Nýmalaður svartur pipar, eftir smekk
- 1½ bolli soðnar kjúklingabaunir
- 1 msk Sesam tahini mauk Nýkreistur sítrónusafi úr 1/2 sítrónu
- 1½ bolli grænmetissoð, eða 1 1/2 bolli vatn blandað með 1 msk grænmetissoði kryddi
- 2 matskeiðar Eggjauppbót eða kartöflusterkja
- 2 msk hveiti paprika, nýmalaður svartur pipar

LEIÐBEININGAR:

a) Hitið ofninn í 350 gráður.

b) Bætið kúskúsinu og vatni í pott. Látið suðuna koma upp, lækkið síðan hitann og setjið lok á. Eldið þar til allt vatn er horfið, um það bil 10 mínútur. Slökktu síðan á hitanum.

c) Á meðan kúskúsið er að eldast, steikið grænmetið. Sprautaðu ólífuolíu á pönnuna á stórum potti eða penslið með sætabrauðspensli. Bætið vatninu út í og hitið við meðalhita þar til vatnið byrjar að malla. Bætið við eggaldinstrimlum, gulrótum, hvítlauk, salti og pipar. Steikið þar til það er mjúkt, bætið við aðeins meira vatni ef það er of þurrt. Slökktu síðan á hitanum.

d) Blandið saman kjúklingabaunum, tahinimauki, sítrónusafa og grænmetissoði í blöndunarskál eða blandara. Notaðu handþeytara eða blandara, blandaðu saman í slétt deig. Bætið síðan við eggjauppbótinni eða kartöflusterkju og hveitinu. Blandið þar til slétt.

e) Með slökkt á hitanum á stóra pottinum, bætið kjúklingabaunum (hummus) blöndunni út í grænmetið og hjúpið vel. Bætið síðan kúskúsinu út í og blandið grænmetis/hummusblöndunni út í kúskúsið.

f) Smyrjið glerbrauðsform létt með ólífuolíu. Bætið kúskús/grænmeti/hummus blöndunni út í. Þrýstið í brauðformið. Dustið toppinn af brauðinu með papriku og svörtum pipar.

g) Bakið í 50-55 mínútur. Látið standa í 10-15 mínútur áður en borið er fram. Berið fram í þykkum sneiðum með grænu grænmeti eins og soðnu spínati, salati eins og salati með ferskum appelsínusneiðum og ef þess er óskað, brauði eins og volgu heilhveiti pítubrauði.

54. Sætar kartöflubátar með bragðmiklum hummus

Gerir: 12 skammta

HRÁEFNI:

- 6 meðalstórar sætar kartöflur
- ½ tsk Malað kúmen
- ½ tsk Salt
- ¼ tsk Hvítlauksduft
- ¼ tsk paprika
- 2 matskeiðar Ólífuolía
- Matreiðslusprey fyrir grænmeti
- 5 matskeiðar Vatn
- 2 matskeiðar Tahini, (sesamfræmauk)
- 2 matskeiðar sítrónusafi
- 1 tsk Malað kúmen
- 1 tsk Malað kóríander
- ½ tsk malaður rauður pipar
- 15 aura Garbanzo baunir, (1 dós) tæmd
- 1 hvítlauksgeiri

LEIÐBEININGAR:

a) Skerið hverja kartöflu eftir endilöngu í 8 báta; sett í stóra skál. Bætið við ½ tsk kúmeni og næstu 3 innihaldsefnum:; kasta vel.

b) Dreypið olíu yfir báta, hrærið vel til að hjúpa.

c) Raðið fleygum í einu lagi á ofnplötu sem er húðuð með matreiðsluúða. Bakið við 450 gráður í 20 mínútur eða þar til mjúkt.

d) Settu hnífsblaðið í matvinnsluvélarskálina og bættu við vatni og næstu 7 innihaldsefnum:. Vinnið í 4 mínútur eða þar til blandan er slétt.

55. Grillaðar eggaldinsneiðar með hummus

HRÁEFNI:

- 1 eggaldin, skorið langsum
- 2 matskeiðar ólífuolía
- 2 sneiðar brúnt brauð
- 150 g hummus
- 50 g valhnetur, ristaðar
- 40 g steinselja, blöð saxuð
- 100 g kirsuberjatómatar, skornir í fjórða
- safi ½ sítróna

LEIÐBEININGAR:

a) Leggið eggaldin á bökunarplötu. Bætið ólífuolíu út í og kryddið síðan. Grillið í 15 mínútur, snúið tvisvar þar til eldað í gegn. Þeytið brauð í mola.

b) Smyrjið hummus á eggaldinsneiðar. Hellið brauðmylsnu á disk og þrýstið síðan hummushliðinni á eggaldininu ofan í molana til að hjúpa. Grillið aftur í 3 mínútur. þar til gullið.

c) Bætið valhnetum, steinselju og tómötum í skál, kryddið, bætið síðan við sítrónusafa. Berið fram með salati.

56. Kjúklinga- og hummus bistrobox

HRÁEFNI:

- 1 pund beinlausar, roðlausar kjúklingabringur, skornar í strimla
- ½ tsk hvítlauksduft
- ¼ tsk laukduft
- Kosher salt og nýmalaður svartur pipar, eftir smekk
- 1 agúrka, þunnar sneiðar
- 4 litlar heilhveiti pítur
- 1 bolli kirsuberjatómatar
- ½ bolli hummus (heimabakað eða keypt í búð)

LEIÐBEININGAR:

a) Forhitið grill í miðlungs-háan hita. Kryddið kjúklinginn með hvítlauksdufti, laukdufti, salti og pipar.

b) Bætið kjúklingnum við grillið og eldið, snúið einu sinni, þar til hann er eldaður í gegn og safinn rennur út, 5 til 6 mínútur á hvorri hlið; sett til hliðar þar til kólnar.

c) Skiptið kjúklingnum, gúrkunni, pítubrauðinu, tómötunum og hummus í máltíðarílát. Geymið í kæli í allt að 3 daga.

57. Rainbow hummus grænmetishjól

HRÁEFNI:

- 2 matskeiðar hummus
- 1 (8 tommu) spínat tortilla
- ¼ bolli rauð paprika í þunnum sneiðum
- ¼ bolli gulur paprika í þunnar sneiðar
- ¼ bolli þunnt sneidd gulrót
- ¼ bolli gúrka í þunnum sneiðum
- ¼ bolli barnaspínat
- ¼ bolli rifið rauðkál
- ¼ bolli alfalfa spíra
- ½ bolli jarðarber
- ½ bolli bláber

LEIÐBEININGAR:

a) Dreifðu hummusinu yfir yfirborð tortillunnar í jöfnu lagi og skildu eftir ¼ tommu ramma. Setjið papriku, gulrót, gúrku, spínat, hvítkál og spíra í miðju tortillunnar.

b) Leggið neðri brún tortillunnar þétt yfir grænmetið, brjótið inn hliðarnar. Haltu áfram að rúlla þar til toppnum á tortillunni er náð. Skerið í sjötta hluta.

c) Setjið hjól, jarðarber og bláber í matarílát. Geymið í kæli í 3 til 4 daga.

58. Raw Taco bátar

Skammtar 4

HRÁEFNI:

- 1 höfuð romaine salat
- 1/2 bolli hrár rauðrófuhummus
- 1 bolli helmingaðir kirsuberjatómatar
- 3/4 bolli þunnt sneið rauðkál
- 1 meðalþroskað avókadó (teningur)

LEIÐBEININGAR:

a) Raðið salatbátum á disk og byrjið að fylla með 1-2 matskeiðum (15-30 g) hummus.

b) Toppið síðan með tómötum, káli og avókadó.

59. Tofu burrito

HRÁEFNI:

- 1 12 aura búnt þétt eða sérstaklega þétt tófú.
- 1 tsk olía (eða 1 matskeið (15 ml) vatn).
- 3 hvítlauksrif (hakkað).
- 1 msk hummus (keypt í búð eða DIY).
- 1/2 tsk chili duft.
- 1/2 tsk kúmen.
- 1 tsk matarger.
- 1/4 tsk sjávarsalt.
- 1 klípa cayenne pipar.
- 1/4 bolli hakkað steinselja.
- Grænmeti:

LEIÐBEININGAR:

a) Hitið ofninn í 400°F (204°C) og klæddu bökunarplötu með bökunarpappír.

b) Bætið kartöflum og rauðri papriku á bökunarplötuna, dreypið olíu (eða vatni) og kryddi yfir og blandið saman. Bakið í 15-22 mínútur eða þar til gaffalinn er mjúkur og aðeins brúnaður. Látið kálið fylgja með á síðustu 5 mínútunum.

c) Í millitíðinni skaltu hita stóra pönnu yfir meðalhita. Um leið og það er heitt skaltu setja olíu (eða vatn), hvítlauk og tófú inn í og steikja í 7-10 mínútur, hrærið oft, til að brúnast aðeins.

d) Í millitíðinni skaltu setja hummus, chiliduft, kúmen, næringarger, salt og cayenne (valfrjálst) í litla blöndunarskál. Haltu áfram að bæta við vatni þar til það myndast hella sósu. Bætið kryddblöndunni við tófúið og haltu áfram að elda við meðalhita þar til það er aðeins brúnt - 3-5 mínútur.

e) Láttu rausnarlega skammta af ristuðu grænmetinu fylgja með, spæna tófú, avókadó, kóríander og smá salsa. Haldið áfram þar til allt skreytið er uppurið – um 3-4 stórar burritos.

60. Hummus pizza

Hráefni

1 (10 oz.) dós pizzadeig í kæli
1 C. hummus álegg
1 1/2 C. papriku í sneiðum, hvaða lit sem er
1 C. spergilkál
2 C. rifinn Monterey Jack ostur

LEIÐBEININGAR:

a) Stilltu ofninn þinn á 475 gráður F áður en þú gerir eitthvað annað.
b) Setjið deigið á pizzupönnu.
c) Setjið þunnt lag af hummus yfir skorpuna jafnt yfir og toppið allt með spergilkálinu og paprikunni.
d) Stráið pizzunni yfir og eldið allt í ofni í um 10-15 mínútur.

61. Vöffluð falafel og hummus

Gerir: Gerir: 4

HRÁEFNI:

- 1 bolli þurrkaðar kjúklingabaunir, teknar yfir og liggja í bleyti í vatni yfir nótt í kæli
- ½ lítill laukur, saxaður gróft
- 3 hvítlauksrif
- ¼ bolli saxuð fersk flatblaða steinselja
- 2 matskeiðar extra virgin ólífuolía
- 2 matskeiðar alhliða hveiti
- 1 tsk salt
- 1 tsk malað kúmen
- ½ tsk malað kóríander
- ¼ tsk lyftiduft
- ¼ tsk nýmalaður svartur pipar
- ¼ tsk cayenne pipar
- Nonstick eldunarsprey
- Fullkomlega sléttur hummus
- 4 vasar pítubrauð

LEIÐBEININGAR:

a) Forhitið vöfflujárnið á miðlungs. Forhitið ofninn á lægstu stillingu.

b) Látið liggja í bleytu kjúklingabaununum og setjið þær ásamt lauknum og hvítlauknum í matvinnsluvél. Púlsaðu þar til blandað en ekki maukað.

c) Bætið steinselju, ólífuolíu, hveiti, salti, kúmeni, kóríander, lyftidufti, svörtum pipar og cayenne pipar út í og blandið þar til það er að mestu slétt.

d) Húðaðu báðar hliðar vöfflujárnsristarinnar með nonstick úða. Setjið um það bil ¼ bolla af deigi í vöfflujárnið fyrir hverja vöfflu, skilið eftir smá bil á milli skeiða svo hvern og einn stækki.

e) Lokaðu lokinu á vöfflujárninu og eldaðu í 5 mínútur áður en þú athugar. Fjarlægðu fóflurnar þegar þær eru eldaðar í gegn og jafnbrúnar.

f) Endurtaktu skref 4 og 5 með afganginum af deiginu.

g) Haltu fullbúnum fóflum heitum í ofninum. Berið þá fram með hummus og pítubrauði.

62. Edamame umbúðir

Gerir: 2

HRÁEFNI:

- 6 matskeiðar Edamame hummus
- 2 hveiti tortillur
- ½ bolli rifnar gulrætur og hvítkál
- 1 bolli ferskt barnaspínat
- 6 sneiðar tómatar
- 2 matskeiðar salatsósu

LEIÐBEININGAR:

a) Settu smá hummus á hverja tortillu.

b) Dreypið dressingu yfir og leggið yfir hvítkál og gulrætur, spínat og tómata.

c) Rúllaðu þétt upp.

d) Hitið í örbylgjuofni í 2 mínútur.

63. Hummus hula með radish skýtur

HRÁEFNI:

- Ein tortilla, hvaða tegund sem þú vilt
- 1 ½ – 2 T hummus
- ½ C vorblanda
- 1 gulrót, rakuð
- Heilbrigður handfylli af radish-spírum
- Fetaostur molnar

LEIÐBEININGAR:

1. Smyrjið tortillu með hummus.
2. Blandið grænmetinu saman í skál og raðið á tortillu.
3. Toppið með smá fetamola og pakkið vel inn.

64. Greipaldin, avókadó og prosciutto morgunverðarsalat

Samtals: 10 mín

HRÁEFNI:

- 1 lítið rúbínrautt greipaldin
- 2 bollar saxaðar roðlausar, beinlausar rotisserie kjúklingabringur
- ¾ tsk dökk sesamolía
- ⅛ teskeið nýmalaður svartur pipar
- Dash af kosher salti
- 1 bolli örgrænmeti, unga rucola eða rifið salat
- ½ þroskað afhýtt avókadó, þunnt sneið
- ¾ bolli ferskir ananasbitar
- 1/2 bolli saxað Granny Smith epli
- ¼ bolli gulrætur
- 1/4 bolli Edamame
- 1 mjög þunn sneið prosciutto
- afgangur af hummus
- 3 matskeiðar saxaðar ristaðar heslihnetur
- fjölfræ kex

LEIÐBEININGAR:

a) Afhýðið greipaldin; skera hluta úr greipaldin yfir meðalstórri skál. Kreistu himnur til að draga út um 1 matskeið safa.

b) Leggðu hluta til hliðar. Bætið olíu, pipar og salti í safa, hrærið með þeytara. Bæta við grænu; kasta til að klæðast.

c) Raðið grænu á disk; toppur með greipaldinsköflum, avókadó, ananas, edamame, gulrótum og prosciutto.

d) Berið fram með hummus, heslihnetum og fjölfræjakökum.

65. Sjávarsalt Beet Chips

Gerir: 1

HRÁEFNI:

- 4 meðalstórar rófur, skolaðar og þunnar sneiðar
- 1 tsk sjávarsalt
- 2 matskeiðar ólífuolía
- Hummus, til að bera fram

LEIÐBEININGAR:

a) Forhitaðu loftsteikingarvélina í 380°F.

b) Í stórri skál, blandið rófunum með sjávarsalti og ólífuolíu þar til þær eru vel húðaðar.

c) Settu rófusneiðarnar í loftsteikingarvélina og dreifðu þeim út í einu lagi.

d) Steikið í 10 mínútur. Hrærið og steikið síðan í 10 mínútur til viðbótar. Hrærið aftur, steikið síðan í 5 til 10 mínútur, eða þar til flögurnar ná þeim stökku sem óskað er eftir.

e) Berið fram með uppáhalds hummus.

66. Falafel pittas með hummus og salati

Gerir: 6

HRÁEFNI:

- 500 g þurrkaðar kjúklingabaunir
- 1 lítill laukur, saxaður gróft
- 2 hvítlauksrif, mulin
- lítið búnt af kóríander, gróft saxað
- lítið búnt af flatlaufasteinselju, grófsaxað 1 msk kúmenfræ
- 1 msk kóríanderfræ
- 1–2 tsk þurrkaðar chiliflögur (má sleppa)
- 4 matskeiðar venjulegt hveiti
- 1 hrúguð teskeið lyftiduft
- salt og nýmalaður svartur pipar
- 6 stór pittabrauð, ristað og skorin opin heit chillisósa (valfrjálst)

FYRIR HUMMUSINN

- 1 tsk bíkarbónat af gosi
- 160g létt tahini
- 3 hvítlauksrif, mulin
- safi úr ½ sítrónu, eða eftir smekk
- 6-7 matskeiðar kalt vatn

FYRIR SALATIÐ

- 250 g kirsuberjatómatar, smátt skornir
- 3 vorlaukar, þunnar sneiðar
- ½ agúrka, smátt skorin
- lítil handfylli af bæði kóríander og flatlaufasteinselju, smátt söxuð 2 msk ólífuolía
- skvetta af rauðvínsediki, eftir smekk

LEIÐBEININGAR:

a) Leggið kjúklingabaunirnar í bleyti yfir nótt í miklu köldu vatni.

b) Tæmið kjúklingabaunirnar vel og vegið í skál; þeir ættu að hafa um það bil tvöfaldast að þyngd. Bætið 750 g af kjúklingabaunum í matvinnsluvél – þær verða að falaflunum. Bætið lauknum, hvítlauknum og kryddjurtunum út í og pulsið þar til þú hefur mylsna blöndu.

c) Setjið kúmen, kóríander og chilli, ef það er notað, á litla pönnu og þurrsteikið í eina mínútu við háan hita þar til þú finnur ilm þeirra sem streymir upp af pönnunni.

d) Hellið í steypu og mortéli og malið gróft áður en það er sett í matvinnsluvélina. Bætið við hveitinu, 4 msk köldu vatni, lyftidufti og ríkulegu kryddi af salti og pipar, púlsið síðan aftur þar til það myndast gróft deig.

e) Hellið í skál og kælið í ísskáp í klukkutíma. Þetta lætur bragðið þróast og gerir kjúklingabaununum kleift að liggja í bleyti í raka. Þvoið og þurrkið matvinnsluvélina.

f) Gerðu hummusinn á meðan falafel blandan er að hvíla. Hellið kjúklingabaununum sem eftir eru í stóran pott. Stráið bíkarbónati af gosi yfir og hyljið vel með fersku köldu vatni. Setjið pönnuna yfir meðalháan hita og látið suðuna koma upp, eldið í 25–35 mínútur þar til það er meyrt.

g) Tæmið kjúklingabaunirnar og hellið í hreina matvinnsluvélina ásamt tahini, hvítlauk og sítrónusafa. Vinnið þar til þú hefur gróft deig.

h) Með mótorinn í gangi skaltu byrja að bæta við köldu vatni, einni matskeið í einu, þar til hummusinn er eins sléttur og þú vilt hafa hann. Mér finnst mitt eins slétt og hægt er, en vinnið í aðeins skemmri tíma ef þér líkar það grófara.

i) Kryddið eftir smekk með salti og pipar og kreistið meiri sítrónusafa ef vill og skafið í skál. Leggðu til hliðar til að hvíla þig á meðan þú heldur áfram með falaflana.

j) Hitið olíuna í djúpsteikingarpotti í 180°C/350°F. Taktu matskeiðar af falafelblöndunni og rúllaðu í kúlur á stærð við valhnetu.

k) Þú þarft að þrýsta og kreista blönduna mjög þétt saman svo hún molni ekki við eldun; að nota aðeins blautar hendur hjálpar til við að koma í veg fyrir of mikið klístur.

l) Endurtaktu með restina af blöndunni, raðaðu þeim á bökunarplötu. Steikið í skömmtum í heitri olíu í 4–5 mínútur þar til þær eru gullnar og stökkar, látið renna af á eldhúspappír eftir því sem á líður.

m) Blandið öllu salatinu saman: saman í skál, kryddið eftir smekk með smá salti og pipar.

n) Til að bera fram skaltu dreifa rausnarlegri skeið eða tveimur af hummus í opnu pittabrauði; toppið með nokkrum falafellum, smá salati og ögn af chillisósu ef það er notað.

67. Rainbow grænmetisprótein hjól

Gerir: 6 skammta

HRÁEFNI:

- ¼ bolli hummus
- ¼ bolli tempeh, mulið í matvinnsluvél
- 2 stórar spínat tortillur
- ¼ bolli rauð paprika í þunnum sneiðum
- ¼ bolli gulur paprika í þunnar sneiðar
- 1 gulrót, þunnar sneiðar
- ¼ bolli af mjög þunnt skorið fjólublátt hvítkál

LEIÐBEININGAR:

a) Blandið saman hummus og tempeh.

b) Leggðu út tortillur. Dreifðu hummusblöndunni í þunnt lag yfir allt yfirborð hverrar tortillu og stoppar 1 tommu frá brúnunum. Leggið þunnt ræma af hverju grænmetinu fjögurra, við hliðina á hvort öðru, yfir hummusblönduna.

c) Rúllið hverri tortillu þétt og skerið þversum í hjól. Hægt er að nota tannstöngla ef þarf, en hummusinn hjálpar þeim að festast saman við brúnirnar.

DIPS

68. Múrsteinsostdýfa

Gerir: 2 skammta

HRÁEFNI:

- 3 oz ricotta ostur
- 3 oz nýrifinn múrsteinaostur
- 3 matskeiðar fersk timjanblöð
- 6 oz geitaostur
- 1 oz harður parmesanostur, nýrifinn
- 4 ræmur þykkskorið beikon, soðið og mulið
- Salt og pipar, eftir smekk

LEIÐBEININGAR:

a) Undirbúðu ofninn fyrir steikingu.
b) Blandið öllu hráefninu saman í eldfast mót.
c) Stráið parmesanosti yfir réttinn.
d) Bakið í forhituðum ofni í 5 mínútur, eða þar til osturinn byrjar að brúnast og kúla.
e) Takið úr ofninum og berið fram strax.

69. Gráðostur & Gouda ostadýfa

Gerir: 2 skammta

HRÁEFNI:

- 2 matskeiðar ósaltað smjör
- 1 bolli sætur laukur, skorinn í bita
- 2 bollar rjómaostur, við stofuhita
- ⅛ teskeið salt
- ⅛ teskeið hvítur pipar
- ⅓ bolli Montucky kalt snakk
- 1 ½ bolli saxaður falsaður kjúklingur
- ½ bolli hunangssinnep, auk meira til að drekka
- 2 matskeiðar búgarðsdressing
- 1 bolli rifinn cheddar ostur
- 2 bollar Gouda ostur, rifinn
- 2 matskeiðar gráðostadressing
- ⅓ bolli mulinn gráðostur, auk meira til áleggs
- ¾ bolli hunang BBQ sósa, auk meira til að drekka

LEIÐBEININGAR:

a) Bræðið smjörið við vægan hita í stórri pönnu.
b) Hrærið lauknum saman við og kryddið með salti og pipar.
c) Eldið í 5 mínútur, eða þar til það er aðeins mjúkt.
d) Eldið, hrærið oft, þar til laukurinn karamellist, um það bil 25 til 30 mínútur.
e) Forhitið ofninn í 375°F.
f) Húðaðu 9 tommu bökunarform með eldunarúða.
g) Blandið rjómaostinum, öllum ostinum, BBQ sósunni, hunangssinnepinu, búgarðsdressingunni og gráðosti saman í stóra blöndunarskál.
h) Bætið karamellulöguðum lauknum og fölsuðum kjúklingi út í.
i) Setjið deigið í eldfast mót.
j) Skreytið með ostinum sem eftir er.
k) Bakið ídýfuna í 20–25 mínútur, eða þar til hún er gullin.
l) Berið fram strax.

70. Pöbbostýfa

Gerir: 2 skammta

HRÁEFNI:

- 3 msk gróft saxuð, súrsuð jalapeno paprika
- 1 bolli harður eplasafi
- ⅛ teskeið malaður rauður pipar
- 2 bollar rifinn extra skarpur, gulur cheddar ostur
- 2 bollar rifinn Colby ostur
- 2 matskeiðar maíssterkju
- 1 matskeið Dijon sinnep
- 60 kex

LEIÐBEININGAR:

a) Í meðalstórri blöndunarskál, blandaðu saman cheddar osti, Colby osti og maíssterkju. Leggið til hliðar.
b) Blandið saman eplasafi og sinnepi í meðalstórum potti.
c) Eldið þar til það sýður við meðalháan hita.
d) Þeytið ostablönduna rólega út í, smá í einu, þar til hún er slétt.
e) Slökktu á hitanum.
f) Hrærið jalapenó og rauðri papriku saman við.
g) Setjið blönduna í 1 lítra hæga eldavél eða fondú pott.
h) Haltu hita á lágum hita.
i) Berið fram með kex.

71. Krydduð maísdýfa

Gerir: 6 skammta

HRÁEFNI:

- 1 matskeið extra virgin ólífuolía
- ½ pund sterk ítölsk pylsa
- 1 meðalstór rauðlaukur, sneiddur
- 1 stór rauð paprika, skorin í teninga
- 1 bolli sýrður rjómi
- 4 aura af rjómaosti, við stofuhita
- 4 bollar frosinn maís, þiðnið
- ½ bolli saxaður grænn laukur
- 1 stór jalapeño, skorinn í teninga
- 4 hvítlauksgeirar, saxaðir
- 1 matskeið saxað kóríander
- 2 tsk kreóla krydd
- 1 tsk malaður svartur pipar
- 1 bolli rifinn skarpur cheddar ostur, skipt
- 1 bolli rifinn Colby Jack ostur, skipt
- Jurtaolía, til smurningar

LEIÐBEININGAR:

a) Forhitaðu ofninn í 350 gráður F.

b) Hitið olíuna á stórri pönnu yfir meðalhita. Bætið ítölsku pylsunni út í og eldið þar til hún er brún. Hellið lauknum og paprikunni út í. Eldið þar til þær mýkjast.

c) Bætið við sýrða rjómanum og rjómaostinum. Hrærið þar til það hefur blandast vel saman, bætið síðan við maís, grænum lauk, jalapeño, hvítlauk og kóríander. Haltu áfram að hræra hráefninu þar til allt er vel blandað saman. Stráið Creole kryddinu yfir, svörtum pipar, ½ bolla af cheddar og ½ bolla af Colby Jack osti. Blandið vel saman.

d) Smyrjið bökunarform létt og bætið síðan maísblöndunni út í. Setjið afganginn af ostinum ofan á og bakið, án loks, í 20 mínútur. Kælið aðeins áður en það er borið fram.

72. Lágkolvetna pizzudýfa

Gerir: 1 skammt

HRÁEFNI:

- 6 únsur. Rjómaostur í örbylgjuofn
- 1/4 bolli sýrður rjómi
- 1/2 bolli Mozzarella ostur, rifinn
- Salt og pipar eftir smekk
- 1/4 bolli majónes
- 1/2 bolli Mozzarella ostur, rifinn
- 1/2 bolli lágkolvetna tómatsósa
- 1/4 bolli Parmesan ostur

LEIÐBEININGAR

a) Forhitið ofninn í 350 gráður Fahrenheit.

b) Blandið saman rjómaosti, sýrðum rjóma, majónesi, mozzarella, salti og pipar.

c) Hellið í ramekin og dreifið tómatsósu yfir hvern ramekin ásamt mozzarellaosti og parmesanosti.

d) Toppaðu pönnupizzu ídýfurnar þínar með uppáhalds álegginu þínu.

e) Bakið í 20 mínútur.

f) Berið fram með bragðgóðum brauðstangum eða svínabörkum!

73. Krabba Rangoon dýfa

HRÁEFNI:

- 1 (8 aura) pakki rjómaostur, mildaður að stofuhita
- 2 matskeiðar ólífuolíumajónesi
- 1 msk nýkreistur sítrónusafi
- 1/2 tsk sjávarsalt
- 1/4 tsk svartur pipar
- 2 hvítlauksgeirar, saxaðir
- 2 meðalstórir grænir laukar, skornir í teninga
- 1/2 bolli rifinn parmesanostur
- 4 aura (um 1/2 bolli) niðursoðið hvítt krabbakjöt

LEIÐBEININGAR:

a) Forhitið ofninn í 350°F.

b) Blandið saman rjómaosti, majónesi, sítrónusafa, salti og pipar í meðalstórri skál með handþeytara þar til það hefur blandast vel saman.

c) Bætið hvítlauk, lauk, parmesanosti og krabbakjöti út í og blandið saman við blönduna með spaða.

d) Flytið blönduna yfir í ofnþolið steik og dreifið jafnt yfir.

e) Bakið í 30–35 mínútur þar til toppurinn á ídýfu er aðeins brúnaður. Berið fram heitt.

74. Geitaostur Guacamole

Gerir: 4-6

HRÁEFNI:

- 2 avókadó
- 3 aura geitaostur
- börkur úr 2 lime
- sítrónusafi úr 2 lime
- ¾ teskeið hvítlauksduft
- ¾ tsk laukduft
- ½ tsk salt
- ¼ tsk rauðar piparflögur (valfrjálst)
- ¼ tsk pipar

LEIÐBEININGAR:

a) Bætið avókadóinu í matvinnsluvél og blandið þar til slétt. Bætið restinni af hráefninu saman við: og blandið þar til það hefur verið blandað saman.

b) Berið fram með flögum.

75. Bæversk veisludýfa/álegg

Gerir: 1 1/4 pund

HRÁEFNI:

- ½ bolli Laukur, saxaður
- 1 pund Braunschweiger
- 3 aura rjómaostur
- ¼ tsk Svartur pipar

LEIÐBEININGAR:

a) Steikið laukinn í 8-10 mínútur, hrærið oft í; fjarlægðu af hitanum og tæmdu. Takið hlífina af Braunschweiger og blandið kjötinu saman við rjómaostinn þar til það er slétt. Blandið lauk og pipar saman við.

b) Berið fram sem lifrarbreiða á kex, þunnar sneiðar veislurúgur eða berið fram sem ídýfu ásamt úrvali af fersku hráu grænmeti eins og gulrótum, sellerí, spergilkál, radísum, blómkáli eða kirsuberjatómötum.

76. Bökuð ætiþistlaveisluídýfa

HRÁEFNI:

- 1 Brauð stórt dökkt rúgbrauð
- 2 matskeiðar Smjör
- 1 búnt grænn laukur; hakkað
- 6 Geirar af ferskum hvítlauk; fínt hakkað, allt að 8
- 8 aura rjómaostur; við stofuhita.
- 16 aura sýrður rjómi
- 12 aura rifinn cheddar ostur
- 1 dós (14 oz.) þistilhjörtu; tæmd og skorin í fernt

LEIÐBEININGAR:

a) Skerið gat ofan á brauðið um það bil 5 tommur í þvermál. Fjarlægðu mjúkt brauð úr skornum hluta og fargið. Geymdu skorpu til að gera topp fyrir brauð.

b) Skerið mest af mjúka hlutanum af brauðinu að innan og geymið í öðrum tilgangi, svo sem fyllingu eða þurrkuðum brauðmylsnu. Í smjörinu,

c) Steikið græna laukinn og hvítlaukinn þar til laukurinn visnar. Skerið rjómaostinn í litla bita, bætið lauknum, hvítlauknum, sýrðum rjóma og cheddarostinum út í. Blandið vel saman. Brjótið þistilhjörtu út í, allt af þessari blöndu út í holótt brauð. Setjið toppinn á brauðið og pakkið inn í sterka álpappír. Bakið í 350 gráðu heitum ofni í 1½ klst.

d) Þegar það er tilbúið skaltu fjarlægja álpappír og bera fram með því að nota kokteilrúgbrauð til að dýfa sósunni út.

77. Buffalo kjúklingadýfa

HRÁEFNI:

- 1 (8 aura) pakki rjómaostur
- 1/2 bolli Frank's Red-Hot sósa
- 1/4 bolli fullfeiti niðursoðin kókosmjólk
- 11/2 bollar rifinn soðinn kjúklingur
- 3/4 bolli rifinn mozzarellaostur, skipt
- 1/2 bolli gráðostur molnar

LEIÐBEININGAR:

a) Bætið rjómaosti í meðalstóran pott og hitið við meðalhita þar til hann bráðnar. Hrærið heitri sósu og kókosmjólk saman við.

b) Þegar það er blandað saman skaltu bæta við kjúklingi þar til hann er hitinn í gegn.

c) Takið af hitanum og hrærið 1/2 bolli af mozzarellaosti og gráðostamola saman við.

d) Færið yfir í 8" × 8" bökunarform og stráið afganginum af mozzarellaosti ofan á. Bakið í 15 mínútur eða þar til osturinn er þykkur. Berið fram heitt.

78. Ranch dýfa

HRÁEFNI:

- 1 bolli majónesi
- 1/2 bolli hrein grísk jógúrt
- 11/2 tsk þurrkaður graslaukur
- 11/2 tsk þurrkuð steinselja
- 11/2 tsk þurrkað dill
- 3/4 tsk kornaður hvítlaukur
- 3/4 tsk kornaður laukur
- 1/2 tsk salt
- 1/4 tsk svartur pipar

LEIÐBEININGAR:

a) Blandið öllu hráefninu saman í litla skál.

b) Látið standa í kæli í 30 mínútur áður en það er borið fram.

79. Krydduð rækju- og ostadýfa

HRÁEFNI:

- 2 sneiðar beikon án sykurs
- 2 meðalgulir laukar, skrældir og skornir í teninga
- 2 hvítlauksgeirar, saxaðir
- 1 bolli popprækjur (ekki af brauðgerðinni), soðnar
- 1 meðalstór tómatur, skorinn í teninga
- 3 bollar rifinn Monterey Jack ostur
- 1/4 tsk Frank's Red-hot sósa
- 1/4 tsk cayenne pipar
- 1/4 tsk svartur pipar

LEIÐBEININGAR:

a) Eldið beikonið á meðalstórri pönnu við meðalhita þar til það er stökkt, um það bil 5–10 mínútur. Geymið fitu á pönnu. Leggið beikonið á pappírshandklæði til að kólna. Þegar það er kólnað, mulið beikonið með fingrunum.

b) Bætið lauknum og hvítlauknum við beikondropana á pönnunni og steikið við meðalhita þar til þeir eru mjúkir og ilmandi, um það bil 10 mínútur.

c) Blandið öllu hráefninu saman í hægan eldavél; hrærið vel. Eldið þakið á lágu hitastigi í 1–2 klukkustundir eða þar til osturinn er alveg bráðinn.

80. Hvítlauks- og beikondýfa

HRÁEFNI:

- 8 sneiðar beikon án sykurs
- 2 bollar saxað spínat
- 1 (8 aura) pakki rjómaostur, mildaður
- 1/4 bolli feitur sýrður rjómi
- 1/4 bolli venjuleg fullfeit grísk jógúrt
- 2 matskeiðar saxuð fersk steinselja
- 1 matskeið sítrónusafi
- 6 ristaðir hvítlauksgeirar, maukaðir
- 1 tsk salt
- 1/2 tsk svartur pipar
- 1/2 bolli rifinn parmesanostur

LEIÐBEININGAR:

a) Forhitið ofninn í 350°F.

b) Eldið beikon á meðalstórri pönnu við meðalhita þar til það er stökkt. Takið beikonið af pönnunni og setjið til hliðar á disk sem er klæddur með pappírshandklæði.

c) Bætið spínati á heita pönnu og eldið þar til það er visnað. Takið af hitanum og setjið til hliðar.

d) Bætið rjómaosti, sýrðum rjóma, jógúrt, steinselju, sítrónusafa, hvítlauk, salti og pipar í meðalstóra skál og þeytið með handþeytara þar til allt er blandað saman.

e) Saxið beikon gróft og hrærið saman við rjómaostablönduna. Hrærið spínati og parmesanosti saman við.

f) Flyttu yfir í 8" × 8" bökunarform og bakaðu í 30 mínútur eða þar til það er heitt og freyðandi.

81. Rjómalöguð geitaostur pestódýfa

HRÁEFNI:

- 2 bollar pakkað fersk basilíkublöð
- ½ bolli rifinn parmesanostur
- 8 aura geitaostur
- 1 -2 tsk saxaður hvítlaukur
- ½ tsk salt
- ½ bolli ólífuolía

LEIÐBEININGAR:

a) Blandið basil, ostum, hvítlauk og salti saman í matvinnsluvél eða blandara þar til það er slétt. Bætið ólífuolíu saman við í jöfnum straumi og blandið þar til blandast saman.

b) Berið fram strax eða geymið í kæli.

82. Hot Pizza Super dýfa

HRÁEFNI:

- Mýktur rjómaostur
- Majónesi
- Mozzarella ostur
- Basil
- Oregano
- Hvítlauksduft
- Pepperoni
- Svartar ólífur
- Græn papriku

LEIÐBEININGAR:

a) Blandið mýktum rjómaosti, majónesi og smávegis af mozzarellaosti saman við. Bætið við basil, oregano, steinselju og hvítlauksdufti, hrærið þar til það hefur blandast vel saman.

b) Fylltu það á djúpt tertudiskinn þinn og dreifðu því út í jafnt lag.

c) Dreifið pizzusósunni yfir og bætið því áleggi sem þið viljið. Fyrir þetta dæmi munum við bæta við mozzarella osti, pepperoni svörtum ólífum og grænum paprikum. Bakið við 350 í 20 mínútur.

83. Bakað spínat og þistilhjörtu ídýfa

HRÁEFNI:

- 14 oz dós ómarineruð þistilhjörtu, tæmd og grófsöxuð
- 10 oz frosið hakkað spínat þiðnað
- 1 bolli alvöru majó
- 1 bolli rifinn parmesanostur
- 1 hvítlauksgeiri pressaður

LEIÐBEININGAR:

a) Þiðið frosið spínat og kreistið það síðan þurrt með höndunum.

b) Hrærið saman: tæmdur og saxaður ætiþistli, kreista spínat, 1 bolli majó, 3/4 bolli parmesanostur, 1 pressaður hvítlauksgeiri og setjið yfir í 1 lítra pottrétt eða tertuform. Stráið eftir 1/4 bolli af parmesanosti yfir.

c) Bakið afhjúpað í 25 mínútur við 350°F eða þar til það er hitað í gegn. Berið fram með uppáhalds crostini, franskar eða kex.

84. Þistilkökudýfa

GERIR8

HRÁEFNI:

- 2 bollar af þistilhjörtu, saxað
- 1 bolli majónesi eða létt majónes
- 1 bolli rifinn parmesan

LEIÐBEININGAR:

a) Blandið öllu hráefninu saman og setjið blönduna í smurt eldfast mót. Bakið í 30 mínútur við 350°F.

b) Bakið ídýfuna þar til hún er ljósbrúnt og freyðandi ofan á.

85. Rjómalöguð ætiþistladýfa

HRÁEFNI:

- 2 x 8 únsur. pakkar af rjómaosti, stofuhita
- 1/3 bolli sýrður rjómi
- 1/4 bolli majónesi
- 1 matskeið sítrónusafi
- 1 matskeið Dijon sinnep
- 1 hvítlauksrif
- 1 tsk Worcestershire sósa
- 1/2 tsk heit piparsósa
- 3 x 6 únsur. krukkur marineruð þistilhjörtu, tæmd og saxuð
- 1 bolli rifinn mozzarellaostur
- 3 rauðlaukur
- 2 tsk hakkað jalapeño

LEIÐBEININGAR:

a) Notaðu rafmagnshrærivél, þeytið fyrstu 8 hráefnin: í stórri skál þar til þau eru blandað saman. Blandið þistilhjörtum, mozzarella, lauk og jalapeño saman við.

b) Flytið yfir í eldfast mót.

c) Forhitið ofninn í 400 °F.

d) Bakið ídýfu þar til það er freyðandi og brúnt að ofan - um 20 mínútur.

86. Kjúklingalifrarpaté

HRÁEFNI:

- 1 meðalstór laukur
- 500 gr kjúklingalifur
- 3 hvítlauksrif
- 100 gr smjör (eða svínakjötsdropar)
- 1 tsk þurrkað timjan
- 1/2 tsk Svartur pipar
- 1/2 tsk salt

LEIÐBEININGAR:

a) Saxið laukinn og setjið hann á pönnu með smá smjöri, steikið varlega þar til laukurinn er hálfgagnsær en ekki brúnn. Bætið kjúklingalifur og sneiðum hvítlauk, timjan, pipar og salti saman við. Haltu áfram að steikja varlega þar til lifrurnar eru rétt soðnar í gegn.

b) Þegar lifrurnar eru soðnar er smjörinu bætt út í.

c) Setjið eldaða lifrarblönduna í blandara/matvinnsluvél/stöngblöndunarkönnu og þeytið í það þykkt sem þið viljið. Hellið í skál til að kólna og eftir fyrstu kælingu setjið það í skál og kælið.

d) Ef þú vilt skreyta með nokkrum steiktum hvítlauksstrimlum og strá af ólífuolíu og lárviðarlaufum.

87. Ertu og myntu ídýfa

HRÁEFNI:

- 250 gr Þurrkaðar grænar klofnar baunir (1/2 pakki)
- 1/2 Laukur Fínt saxaður
- 1/2 grænmetisteningur
- Þurrkuð mynta Um 3 teskeiðar
- Ólífuolía
- Salt eftir smekk

LEIÐBEININGAR:

a) Settu þurrkuðu grænu baunirnar í pott, þvoðu til að tryggja að ekkert hýði og fjarlægðu allar baunir sem fljóta. Hyljið baunirnar með um það bil 1/2 tommu af vatni, bætið soðsteningnum og lauknum út í og látið malla á eldavélinni í um það bil 30-40 mínútur en þá verða baunirnar að mýkjast.

b) Þegar baunirnar eru orðnar mjúkar, bætið við þurrkaðri myntu og leyfið blöndunni að malla aðeins lengur til að þorna aðeins.

c) Myljið baunirnar í matreiðsluvökvanum sem eftir er. og bætið við nokkrum góðum gluggum af ólífuolíu þegar þið maukið. Eftir að þú hefur náð þeirri þéttleika sem þú vilt skaltu smakka ídýfuna og bæta við þurrkuðu myntu ef þú heldur að það þurfi á henni að halda.

88. Fljótleg og auðveld dýfa

HRÁEFNI:

- 100 grömm af mjúkum rjómaosti
- 2 matskeiðar majónesi
- 1 matskeið af sítrónu- eða limesafa
- Hálfur vorlaukur
- Sweet chili sósa til að drekka ofan á
- Hvítlaukur eftir smekk
- cheddar eða gráðosti
- Jurt að eigin vali

LEIÐBEININGAR:

a) Allt sett í skál og blandað saman.

b) Smakkið til og stillið magn hráefnisins að vild, setjið síðan yfir í framreiðslurétt og dreypið sætu chilisósunni yfir.

89. Dill & Rjómaosta ídýfa

Gerir: 4 til 6 skammta

HRÁEFNI:

- 1 bolli venjuleg sojajógúrt
- 4 aura rjómaostur
- 1 matskeið sítrónusafi
- 2 matskeiðar þurrkaður graslaukur
- 2 matskeiðar þurrkað dill illgresi
- 1⁄2 tsk sjávarsalt
- Dash pipar

LEIÐBEININGAR

a) Blandið öllu saman og setjið í kæli í að minnsta kosti eina klukkustund.

NÆRING: Kaloríur 120| Fita 9g (mettuð 2g) | Kólesteról 0mg| Natríum 435mg| Kolvetni 9g| Matar trefjar 1g| Prótein 3g.

90. Villi hrísgrjón og Chili Dip

Gerir: 4 til 6 skammta

HRÁEFNI:

- 12 aura af soðnum linsum
- 1/4 bolli gerlaust grænmetissoð
- 1/4 bolli söxuð græn paprika
- 1/2 hvítlauksgeiri, pressaður
- 1 bolli niðurskornir tómatar
- 1/4 bolli saxaður laukur
- 2 aura rjómaostur
- 1/2 msk chiliduft
- 1/2 tsk kúmen
- 1/4 tsk sjávarsalt
- Dash papriku
- 1/2 bolli soðin villi hrísgrjón

LEIÐBEININGAR

a) Eldið linsubaunir og grænmetissoð í lítilli pönnu.

b) Bætið lauknum, paprikunni, hvítlauknum og tómötunum út í og eldið í 8 mínútur við meðalhita.

c) Blandaðu saman rjómaosti, chilidufti, kúmeni og sjávarsalti í blandara þar til það er slétt.

d) Blandið saman hrísgrjónum, rjómaostablöndunni og linsubaunablöndunni í stórri blöndunarskál og hrærið vel.

91. Krydduð graskers- og rjómaostadýfa

Gerir: 4 til 6 skammta

HRÁEFNI:

- 8 aura rjómaostur
- 15 aura ósykrað niðursoðið grasker
- 1 tsk kanill
- 1/4 tsk kryddjurt
- 1/4 tsk múskat
- 10 pekanhnetur, malaðar

LEIÐBEININGAR

a) Þeytið rjómaostinn og niðursoðna graskerið saman í hrærivél þar til það verður rjómakennt.

b) Hrærið kanil, kryddjurtum, múskati og pekanhnetum saman við þar til það hefur blandast vel saman. Áður en borið er fram skaltu kæla í eina klukkustund í kæli.

92. Rjómaostur og hunangsdýfa

Gerir: 2 skammta

HRÁEFNI:

- 2 aura rjómaostur
- 2 matskeiðar hunang
- 1⁄4 bolli kreistur appelsínusafi
- 1⁄2 tsk malaður kanill

LEIÐBEININGAR

a) Blandið öllu þar til slétt.

93. Rjómalöguð spínat-tahinídýfa

Gerir um 1 bolla

HRÁEFNI:

- 1 (10 aura) pakki ferskt barnaspínat
- 1 til 2 hvítlauksrif
- 1⁄2 tsk salt
- 1⁄3 bolli tahini (sesammauk)
- Safi úr 1 sítrónu
- Malað cayenne
- 2 tsk ristað sesamfræ, til skrauts

LEIÐBEININGAR

a) Látið gufusjóða spínatið þar til það er visnað, um það bil 3 mínútur. Kreistið þurrt og setjið til hliðar.

b) Vinnið hvítlaukinn og saltið í matvinnsluvél þar til það er fínt saxað. Bætið við gufusoðnu spínati, tahini, sítrónusafa og cayenne eftir smekk.

c) Vinnið þar til vel blandað og smakkið til, stillið krydd ef þarf.

d) Færið ídýfuna yfir í meðalstóra skál og stráið sesamfræjunum yfir. Ef þú notar það ekki strax skaltu hylja og setja í kæli þar til þú þarft.

e) Ef það er geymt á réttan hátt, geymist það í allt að 3 daga.

94. Apríkósu og Chile dýfingarsósa

Gerir um 1 bolla

HRÁEFNI:

- 4 þurrkaðar apríkósur
- 1/2 bolli hvítur þrúgusafi eða eplasafi
- 1/2 tsk asískt chilipasta
- 1/2 tsk rifið ferskt engifer
- 1 matskeið sojasósa
- 1 matskeið hrísgrjónaedik

LEIÐBEININGAR

a) Blandið apríkósunum og vínberjasafanum saman í litlum potti og hitið rétt að suðu. Takið af hellunni og setjið til hliðar í 10 mínútur til að leyfa apríkósunum að mýkjast.

b) Færið apríkósublönduna yfir í blandara eða matvinnsluvél og vinnið þar til hún er slétt. Bætið chilipaukinu, engiferinu, sojasósunni og ediki út í og vinnið þar til það er slétt. Smakkið til, stillið krydd ef þarf.

c) Flyttu yfir í litla skál. Ef þú notar það ekki strax skaltu hylja og setja í kæli þar til þú þarft.

d) Ef sósan er geymd á réttan hátt geymist hún í 2 til 3 daga.

95. Ristað eggaldin ídýfa

Gerir: 5 CUPS (1,19 L)

HRÁEFNI:

- 3 meðalstór eggaldin með hýði (stór, kringlótt, fjólublá afbrigði)
- 2 matskeiðar olía
- 1 hrúga teskeið kúmenfræ
- 1 tsk malað kóríander
- 1 tsk túrmerikduft
- 1 stór gulur eða rauðlaukur, afhýddur og skorinn í teninga
- 1 (2 tommu [5-cm]) stykki engiferrót, afhýdd og rifin eða söxuð
- 8 hvítlauksrif, afhýdd og rifin eða söxuð
- 2 meðalstórir tómatar, skrældir (ef hægt er) og skornir í teninga
- 1–4 grænt tælenskt, serrano eða cayenne chiles, saxað
- 1 tsk rautt chile duft eða cayenne
- 1 msk gróft sjávarsalt

LEIÐBEININGAR:

a) Settu ofngrind í næsthæstu stöðu. Forhitið grillið í 500°F (260°C). Klæðið bökunarplötu með álpappír til að koma í veg fyrir óreiðu síðar.

b) Stingdu göt á eggaldinið með gaffli (til að losa um gufu) og settu þau á bökunarplötuna. Steikið í 30 mínútur, snúið einu sinni. Húðin verður kulnuð og brennd á sumum svæðum þegar þau eru búin. Takið bökunarplötuna úr ofninum og látið eggaldinið kólna í að minnsta kosti 15 mínútur. Með beittum hníf, skera sundur langsum frá einum enda hvers eggaldin til annars, og draga það aðeins opið. Skerið ristuðu kjötinu að innan, passið að forðast gufuna og bjarga eins miklum safa og hægt er. Settu ristað eggaldin holdið í skál - þú munt hafa um það bil 4 bolla (948 ml).

c) Hitið olíuna á meðalháum hita á djúpri, þungri pönnu.

d) Bætið kúmeninu út í og látið malla þar til það sýður, um það bil 30 sekúndur.

e) Bætið kóríander og túrmerik út í. Blandið saman og eldið í 30 sekúndur.

f) Bætið lauknum út í og brúnið í 2 mínútur.

g) Bætið engiferrótinni og hvítlauknum út í og eldið í 2 mínútur í viðbót.

h) Bætið tómötunum og chiles út í. Eldið í 3 mínútur þar til blandan mýkist.

i) Bætið kjötinu af ristuðu eggaldinunum út í og eldið í 5 mínútur í viðbót, blandið öðru hverju til að forðast að festast.

j) Bætið rauða chili duftinu og salti út í. Á þessum tímapunkti ættir þú einnig að fjarlægja og farga villandi bitum af kulnuðu eggaldinshýði.

k) Blandið þessari blöndu með því að nota blöndunartæki eða í sérstökum blöndunartæki. Ekki ofleika það - það ætti samt að vera einhver áferð. Berið fram með ristuðum naan sneiðum, kex eða tortilla flögum. Þú getur líka borið það fram á hefðbundinn hátt með indverskri máltíð af roti, linsubaunir og raita.

96. Radish Microgreen & Lime Dip

HRÁEFNI:

- 4 oz radish microgreens
- 2 oz kóríander
- 8 oz sýrður rjómi
- 1 msk gulur laukur, rifinn
- 1 lítill hvítlauksgeiri, rifinn
- 2 msk lime safi eða eftir smekk
- salt eftir smekk
- rauðar piparflögur eftir smekk

LEIÐBEININGAR:

a) Blandaðu saman örgrænu, kóríander (stilkum og öllu), lauk, hvítlauk og sýrðum rjóma í blandara þar til það er slétt.

b) Kryddið með limesafa, salti og örlitlu af rauðum piparflögum. Berið fram með franskar, grænmeti, grilluðu kjöti og öðru meðlæti.

97. Sesam-Slaukslauksdýfingarsósa

Gerir um 1⁄2 bolla

HRÁEFNI:

- 3 matskeiðar vatn
- 2 matskeiðar sojasósa
- 1 matskeið mirin
- 1 matskeið hakkað grænn laukur
- 1 tsk saxað sítrónugras
- 1 tsk rifið ferskt engifer
- 1 tsk ristað sesamolía
- 1 tsk sesamfræ

LEIÐBEININGAR

a) Blandið hráefnunum saman í lítilli skál og blandið vel saman.

b) Ef þú notar það ekki strax skaltu hylja og setja í kæli þar til þú þarft.

c) Ef sósan er geymd á réttan hátt, geymist hún í 3 til 4 daga.

98. Mango-Ponzu dýfingarsósa

Gerir um 11⁄4 bolla

HRÁEFNI:

- 1 bolli þroskað mangó í teningum
- 1 msk ponzu sósa
- 1⁄4 tsk asískt chilipasta
- 1⁄4 tsk sykur
- 2 matskeiðar vatn, auk meira ef þarf

LEIÐBEININGAR

a) Blandið öllu hráefninu saman í blandara eða matvinnsluvél og blandið þar til slétt, bætið við annarri matskeið af vatni ef þynnri sósu er óskað.

b) Flyttu yfir í litla skál. Berið fram strax eða hyljið og geymið í kæli þar til það er tilbúið til notkunar. Þessa sósa er best að nota sama dag og hún er gerð.

99. Eggaldin valhnetuálegg

Gerir um 21⁄2 bolla

HRÁEFNI:

- 2 matskeiðar ólífuolía
- 1 lítill laukur, saxaður
- 1 lítið eggaldin, skrælt og skorið í 1⁄2 tommu teninga
- 2 hvítlauksgeirar, saxaðir
- 1⁄2 tsk salt
- 1⁄8 tsk malað cayenne
- 1⁄2 bolli saxaðar valhnetur
- 1 matskeið ferskt söxuð basilíka
- 2 matskeiðar vegan majónesi
- 2 matskeiðar söxuð fersk steinselja, til skrauts

LEIÐBEININGAR

a) Hitið olíuna yfir miðlungshita í stórri pönnu. Bætið lauknum, eggaldininu, hvítlauknum, salti og cayenne út í. Lokið og eldið þar til það er mjúkt, um það bil 15 mínútur. Hrærið valhnetunum og basilíkunni saman við og látið kólna.

b) Flyttu kældu eggaldinblöndunni í matvinnsluvél. Bætið majónesi út í og vinnið þar til slétt. Smakkið til, stillið krydd ef þarf og flytjið síðan yfir í meðalstóra skál og skreytið með steinseljunni.

c) Ef þú notar það ekki strax skaltu hylja og setja í kæli þar til þú þarft.

d) Ef það er geymt á réttan hátt, geymist það í allt að 3 daga.

100. Sassy spínat ídýfa með ristuðum hvítlauk

Gerir um 21⁄2 bolla

HRÁEFNI:

- 5 til 7 hvítlauksrif
- 1 (10 aura) pakki frosið hakkað spínat, þíðað
- 1⁄2 bolli vegan majónes, heimabakað (sjá Vegan majónes) eða keypt í búð
- 1⁄2 bolli vegan sýrður rjómi, heimagerður (sjá Tofu sýrður rjómi) eða keyptur í búð
- 2 tsk ferskur lime safi
- 1⁄4 bolli hakkaður grænn laukur
- 1⁄4 bolli rifin gulrót
- 2 matskeiðar söxuð fersk kóríander eða steinselja
- 1⁄2 tsk sellerísalt
- Salt og nýmalaður svartur pipar

LEIÐBEININGAR

a) Forhitið ofninn í 350° F. Steikið hvítlaukinn á litilli ofnplötu þar til hann er gullinn, 12 til 15 mínútur. Pressið eða myljið ristaðan hvítlauk og stappið saman í deig. Setja til hliðar.

b) Á meðan hvítlaukurinn er steiktur, gufaðu spínatið þar til það er mjúkt, 5 mínútur. Kreistið þurrt og saxið smátt. Setja til hliðar.

c) Blandaðu saman majónesi, sýrðum rjóma, limesafa og ristuðum hvítlauk í meðalstórri skál. Hrærið til að blanda saman. Bætið við grænum lauk, gulrótum og kóríander. Hrærið gufusoðnu spínatinu út í og kryddið með sellerísalti og salti og pipar eftir smekk. Blandið vel saman. Kældu að minnsta kosti 1 klukkustund áður en borið er fram til að leyfa bragðinu að magnast. Ef það er ekki notað strax skaltu hylja og setja í kæli. Ef það er geymt á réttan hátt, geymist það í allt að 3 daga.

NIÐURSTAÐA

Til hamingju! Þú hefur náð endalokum Heimlagerða hummus maðrabókin. Við vonum að þessi matreiðslubók hafi veitt þér innblástur til að kanna endalausa möguleika hummus og búa til þínar eigin einstöku bragðsamsetningar.

Með 100 ljúffengum og næringarríkum uppskriftum, ásamt gagnlegum ráðum og upplýsingum um sögu og heilsufarslegan ávinning hummus, höfum við reynt að gera þessa matreiðslubók eins yfirgripsmikla og mögulegt er. Við vonum að Heimlagerða hummus maðrabókin hafi hjálpað þér að öðlast sjálfstraust í hummus-gerð þinni og að þú haldir áfram að prófa þig með nýjum bragðtegundum og tækni.

Þakka þér fyrir að taka þátt í þessari bragðmiklu ferð í átt að því að kanna heim hummus. Við vonum að þú munt njóta margra gómsætra ídýfa og rétta um ókomin ár. Til hamingju með að dýfa!

www.ingramcontent.com/pod-product-compliance
Lightning Source LLC
LaVergne TN
LVHW011041061026
849535LV00006B/2113